BÁT-NHÃ
TÂM KINH
KHẢO LUẬN

MỘT SỐ Ý KIẾN XOAY QUANH VIỆC DỊCH MỚI TÂM KINH CỦA THẦY NHẤT HẠNH

BÁT NHÃ TÂM KINH KHẢO LUẬN
NGUYỄN MINH TIẾN biên soạn

Bản quyền thuộc về tác giả và Nhà xuất bản Liên Phật Hội (United Buddhist Publisher).

Copyright © 2018 by United Buddhist Publisher (UBP)
ISBN-13: 978-1986771634
ISBN-10: 1986771636

© All rights reserved. No part of this book may be reproduced by any means without prior written permission from the publisher.

NGUYỄN MINH TIẾN
biên soạn

BÁT-NHÃ TÂM KINH KHẢO LUẬN

MỘT SỐ Ý KIẾN XOAY QUANH VIỆC
DỊCH MỚI TÂM KINH CỦA THẦY NHẤT HẠNH

NHÀ XUẤT BẢN LIÊN PHẬT HỘI
UNITED BUDDHIST PUBLISHER (UBP)

NỘI DUNG

Dẫn nhập 9

PHẦN I. CÁC VĂN BẢN TÂM KINH

1. Nguyên bản Phạn văn (Devanāgarī) 11
2. Bản Phạn văn dạng IAST 12
3. Bản Hán dịch của ngài Huyền Trang 14
4. Bản Hán dịch của ngài Cưu-ma-la-thập 16
5. Bản Việt dịch của Hòa thượng Thích Trí Thủ ... 18
6. Bản Việt dịch của Quảng Minh 19
7. Bản Việt dịch của Nguyễn Minh Tiến 20
8. Bản dịch Anh ngữ của Edward Conze 21
9. Bản dịch Anh ngữ của Rulu 23

PHẦN II. THẦY NHẤT HẠNH DỊCH LẠI TÂM KINH

Lý do tại sao phải dịch lại Tâm kinh 25
The reasons for a new translation *31*
Bản dịch mới Tâm kinh, văn xuôi 37
Bản dịch Tâm kinh mới, theo kệ 5 chữ 38
Bản dịch Tâm kinh mới bằng tiếng Anh 41

PHẦN III. CÁC Ý KIẾN XOAY QUANH VIỆC DỊCH MỚI TÂM KINH CỦA THẦY NHẤT HẠNH

❖ **Có nên dịch lại Tâm kinh hay không?** **45**
   1. Có nên dịch lại Tâm kinh hay không? 46
   2. Tâm kinh đã được dịch lại như thế nào? 53
   - Thay lời kết 58

- ❖ **Những thay đổi của Thích Nhất Hạnh khi dịch lại Tâm Kinh** 59

- ❖ **Thich Nhat Hanh's Changes to The Heart Sutra** - *Jayarava Attwood* 79

- ❖ **Vài suy nghĩ khi đọc bài "Jayarava phê bình Thích Nhất Hạnh đã biến đổi Tâm Kinh"** 96
  - 1. Dẫn nhập 96
  - 2. Sơ lược về bài viết của Jayarava 97
  - 3. Quan điểm của Jayarava thể hiện qua bài viết 98
  - 4. Những quan điểm chưa thuyết phục 103
  - 5. Kết luận 114

- ❖ **Vài nhận xét về vấn đề dịch lại Tâm Kinh của thầy Nhất Hạnh** - *Giáo sư Lê Tự Hỷ* 116
  - I. Lí do thầy Nhất Hạnh nêu ra để dịch lại Tâm Kinh có chính đáng không? 116
    - 1. Lí do chính 116
    - 2. Các dẫn chứng của thầy Nhất Hạnh về sự hiểu sai do Tâm Kinh gây ra 119
  - II. Bản dịch lại Tâm Kinh của thầy Nhất Hạnh có tốt hơn các bản dịch cũ hay không? 120
    - 1. Về nội dung 120
    - 2. Về văn phong 130
  - Kết luận 131

- ❖ **Về các bài phê bình bản dịch mới Tâm kinh của Thiền sư Thích Nhất Hạnh** - *Bác sĩ Trịnh Đình Hỷ* 133

Về bài phê bình của Jayarava Attwood: "Những thay đổi về Tâm Kinh của TNH" (4) 134
Về bài của Lê Tự Hỷ "Vài nhận xét về vấn đề dịch lại Tâm Kinh của Thầy Nhất Hạnh" (5) 140
Về bài của Nguyễn Minh Tiến "Có nên dịch lại Tâm Kinh không?"(3) 143
Những hiểu biết mới về nguồn gốc của Tâm Kinh 145
Về ý nghĩa của từ "śūnyatā" (tánh không) 148
Kết luận 150

❖ **Vài nhận xét về bài phê bình của Bác sĩ Trịnh Đình Hỷ** - *Giáo sư Lê Tự Hỷ* 152

❖ **Cốt lõi bản dịch mới Tâm kinh của thầy Nhất Hạnh qua bài viết của Trịnh Đình Hỷ** 160
Niềm vui bắt được giữa thinh không 160
Bỗng nhiên tan biến... chẳng cần nguyên do 163
Phê mà... chưa phê 165
Luận mà không kết... 172
Cốt lõi của bản dịch Tâm kinh mới 176
Về hai điểm phụ gia 178
  1. Những hiểu biết mới về nguồn gốc Tâm Kinh 179
  2. Về ý nghĩa của từ "**śūnyatā**" (tánh không) 185
Thay lời kết: Tâm tình với anh Trịnh Đình Hỷ 188

PHẦN IV. MỘT SỐ NHẬN THỨC VỀ TÂM KINH

❖ **Dẫn vào Tâm kinh Bát-nhã** - *Thích Tuệ Sỹ* 191
  1. Các truyền bản Phạn văn 191

2. Lược chú văn nghĩa 193
3. Ảnh hưởng Tâm kinh và Mật giáo 202

❖ **Ý nghĩa Tâm kinh trong Kinh Tạng Pali**
 Bát-nhã Tâm kinh - Mê ngộ bất dị - *Cư sĩ Nguyên Giác*

Chánh kiến: Chẳng phải có, chẳng phải không 210
Đức Phật dạy: Sắc thọ tưởng hành thức là không 212
Đức Phật nói về tiếng đàn: Cái được nghe là không 212
Là không, là rỗng không, là tuyệt không 215
Tứ thánh đế cũng là không:
Các pháp không từ đâu tới, không đi về đâu 216
Tuệ Trung Thượng Sĩ: Mê ngộ bất dị 217

THAY LỜI KẾT 223

Dẫn nhập

Tháng 8/2014, thầy Nhất Hạnh cho lưu hành một "bản dịch mới" của Tâm kinh Bát-nhã, kèm theo là một lá thư của thầy gửi cho các đệ tử (nhưng lưu hành rộng khắp mạng Internet) giải thích về *"Lý do tại sao phải dịch lại Tâm kinh"*. Những phê phán của thầy đối với bản dịch cũ là *"đã gây ra nhiều hiểu lầm qua các thời đại"* cũng như đối với nhiều bậc Thầy Tổ, đã khiến cho một số không ít Phật tử phải hoang mang và có phần ảnh hưởng đến niềm tin.

Tháng 11/2014, tôi viết bài *"Có nên dịch lại Tâm kinh hay không?"* đăng trên Thư viện Hoa Sen để giải tỏa phần nào những hoang mang cho nhiều Phật tử, nhất là các Phật tử trẻ. Ngay sau khi đăng tải trong vòng 24 giờ, bài viết đạt hơn 2.000 lượt xem và theo anh Tâm Diệu, Trưởng Ban Biên Tập Thư viện Hoa Sen thì đây là một "kỷ lục chưa từng có". Điều này thể hiện sự quan tâm rộng rãi của đa số Phật tử đối với vấn đề này.

Tháng 3/2016, Jayarava viết bài phê phán "bản dịch mới" này, có khá nhiều ý tưởng tương đồng với bài viết của tôi trước đây, nhưng kèm theo đó có nhiều dẫn chứng so sánh từ thủ bản Sanskrit để chỉ ra thêm rất nhiều sai lệch khác. Bài viết của Jayarava bằng Anh ngữ, đã được chúng tôi Việt dịch và sẽ được in kèm theo nguyên tác.

Sau khi chuyển dịch bài viết của Jayarava, chúng tôi nhận thấy có nhiều bất ổn trong quan điểm của bài viết này. Một số nhận xét của Jayarava trong chừng mực nào đó vẫn không tránh khỏi phần chủ quan cũng như nghiêng về mặt lý luận văn bản học nhiều hơn là sự trực nhận của một người Phật tử. Do đó, việc đăng tải bài viết của Jayarava chỉ nhằm mục đích mở rộng sự tham khảo cho độc giả, còn việc có chấp nhận những quan điểm của ông hay không là tùy sự phán xét của độc giả.

Gần đây hơn, Giáo sư Lê Tự Hỷ có bài bày tỏ ý kiến về việc "dịch lại Tâm kinh" của thầy Nhất Hạnh. Tiếp theo đó là bài phê bình phản biện của Bác sĩ Trịnh Đình Hỷ (Olivet, Pháp quốc). Những góc nhìn khác nhau như thế đã giúp cho các vấn đề liên quan càng thêm sáng tỏ.

Xét thấy Tâm kinh là một văn bản cực kỳ quan trọng hầu như đối với mọi tông phái trong Phật giáo, chúng tôi biên soạn Khảo luận này nhằm cung cấp cho độc giả một nguồn tư liệu đa chiều, với nhiều các quan điểm khác nhau về Tâm kinh và bản dịch Tâm kinh. Hy vọng thông qua đó mỗi độc giả sẽ có thể chọn được cách tiếp cận Tâm kinh của riêng mình. Trên tinh thần đó, tập Khảo luận này sẽ thu thập những dữ kiện cần thiết cho việc khảo cứu Tâm kinh xoay quanh các vấn đề trên, cũng như các nhận xét và quan điểm riêng của người biên soạn. Hy vọng sự hình thành và lưu hành tập Khảo luận này sẽ tạo điều kiện dễ dàng hơn cho những ai quan tâm đến Tâm kinh có thể tìm hiểu một cách thấu đáo từ nhiều góc độ.

Xin chân thành cảm ơn Giáo sư Lê Tự Hỷ đã giúp cung cấp bản Phạn văn đáng tin cậy nhất trong sách này.

Trân trọng,
Nguyễn Minh Tiến

Phần I
Các văn bản Tâm kinh

1. Nguyên bản Phạn văn (Devanāgarī)

प्रज्ञापारमिताहृदयसूत्रम्
॥ नमः सर्वज्ञाय॥

आर्यावलोकितेश्वरो बोधिसत्त्वो गम्भीरं प्रज्ञापारमिताचर्यां चरमाणो व्यवलोकयति स्म । पञ्चस्कन्धास्तांश्च स्वभावशून्यान्पश्यति स्म ॥

इह शारिपुत्र रूपं शून्यता शून्यतैव रूपं रूपान्न पृथक्शून्यता शून्यताया न पृथग्रूपं यद्रूपं सा शून्यता या शून्यता तद्रूपं । एवमेव वेदनासंज्ञासंस्कारविज्ञानम् ॥

इह शारिपुत्र सर्वधर्माः शून्यतालक्षणा अनुत्पन्ना अनिरुद्धा अमला अविमला अनूना अपरिपूर्णाः॥

तस्माच्छारिपुत्र शून्यतायां न रूपं न वेदना न संज्ञा न संस्कारा न विज्ञानम् न चक्षुःश्रोत्रघ्राणजिह्वाकायमनांसि न रूपशब्दगन्धरसस्प्रष्टव्यधर्मा न चक्षुर्धातुर्यावन्न मनोविज्ञानधातुर्नाविद्या नाविद्याक्षयो यावन्न जरामरणं न जरामरणक्षयो न दुःखसमुदयनिरोधमार्गा न ज्ञानं न प्राप्तिर्नाप्राप्तिः॥

तस्माच्छारिपुत्र
अप्राप्तित्वाद्बोधिसत्त्वःप्रज्ञापारमितामाश्रित्य

विहरत्यचित्तावरणः। चित्तावरणनास्तित्वादत्रस्तो विपर्यासातिक्रान्तो । निष्ठनिर्वाणः॥

त्र्यध्वव्यवस्थिताः सर्वबुद्धाः प्रज्ञापारमितामाश्रित्यानुत्तरां सम्यक्सम्बोधिमभिसम्बुद्धाः॥

तस्माज्ज्ञातव्यं प्रज्ञापारमिता महामन्त्रो महाविद्यामन्त्रो ऽनुत्तरमन्त्रो ऽसमसममन्त्रः सर्वदुःखप्रशमनः सत्यममिथ्यत्वात् । प्रज्ञापारमितायामुक्तो मन्त्रः। तद्यथा ओं गते गते पारगते पारसंगते बोधि स्वाहा॥

॥ इति प्रज्ञापारमिताहृदयसूत्रं समाप्तम् ॥

2. Bản Phạn văn dạng IAST

prajñāpāramitāhṛdayasūtram

|| namaḥ sarvajñāya ||

Āryāvalokiteśvaro bodhisattvo gambhīraṃ prajñāpāramitācaryāṃ caramāṇo vyavalokayati sma: pañcaskandhāstāṃśca svabhāvaśūnyānpaśyati sma.

iha Śāriputra rūpaṃ śūnyatā śūnyataiva rūpaṃ rūpānna pṛthakśūnyatā śūnyatāyā na pṛthagrūpaṃ yadrūpaṃ sā śūnyatā yā śūnyatā tadrūpam. evameva vedanāsaṃjñāsaṃskāravijñānam.

iha Śāriputra sarvadharmāḥ śūnyatālakṣaṇā anutpannā aniruddhā amalā avimalā anūnā aparipūrṇāḥ.

tasmāccchāriputra śūnyatāyāṃ na rūpaṃ na
vedanā na saṃjñā na saṃskārā na vijñānam,
na cakṣuḥśrotraghrāṇajihvākāyamanāṃsi na
rūpaśabdagandharasaspraṣṭavyadharmā na
cakṣurdhāturyāvanna manovijñānadhāturnāvidyā
nāvidyākṣayo yāvanna jarāmaraṇaṃ na jarāmaraṇakṣayo
na duḥkhasamudayanirodhamārgā na jñānaṃ na
prāptirnāprāptiḥ.

tasmāccchāriputra aprāptitvādbodhisattvaḥ
prajñāpāramitāmāśritya viharatyacittāvaraṇaḥ.
cittāvaraṇanāstitvādatrasto viparyāsātikrānto. niṣṭhanirvāṇaḥ.

tryadhvavyavasthitāḥ sarvabuddhāḥ
prajñāpāramitāmāśrityānuttaraṃ
samyaksambodhimabhisambuddhāḥ.

tasmājjñātavyaṃ prajñāpāramitā mahāmantro
mahāvidyāmantro ′nuttara-mantro ′samasamamantraḥ
sarvaduḥkhapraśamanaḥ satyamamithyatvāt.
prajñāpāramitāyāmukto mantraḥ. tadyathā oṃ gate gate
pāragate pārasaṃgate bodhi svāhā.

iti prajñāpāramitāhṛdayasūtraṃ samāptam

Lưu ý: *Bản Phạn văn này là bản chỉnh lại từ bản IAST của Edward Conze, trong Thirty Years of Buddhist Studies, Munshiram Manoharlal Publishers Pvt. Lmt. New Delhi, 2000, pp. 148-153*

3. Bản Hán dịch của ngài Huyền Trang[1]

般若波羅蜜多心經

觀自在菩薩。行深般若波羅蜜多時。照見五蘊皆空。度一切苦厄。

舍利子。色不異空。空不異色。色即是空。空即是色。受想行識亦復如是。

舍利子。是諸法空相。不生不滅。不垢不淨不增不減。是故空中。無色。無受想行識。無眼耳鼻舌身意。無色聲香味觸法。無眼界。乃至無意識界。無無明。亦無無明盡。乃至無老死。亦無老死盡。無苦集滅道。無智亦無得。

以無所得故。菩提薩埵。依般若波羅蜜多故。心無罣礙。無罣礙故。無有恐怖。遠離顛倒夢想。究竟涅槃。三世諸佛。依般若波羅蜜多故。得阿耨多羅三藐三菩提。

故知般若波羅蜜多。是大神咒。是大明咒是無上咒。是無等等咒。能除一切苦。真實不虛。

故說般若波羅蜜多咒即說咒曰。

揭帝，揭帝，般羅揭帝，般羅僧揭帝，菩提僧莎訶。

---

[1] Đại Chánh Tạng, Tập 8, Kinh số 251, trang 848, tờ c, bắt đầu từ dòng thứ 4.

Dịch âm Hán Việt

Bát-nhã ba-la-mật-đa Tâm kinh

Quán Tự Tại Bồ-tát hành thâm Bát-nhã Ba-la-mật-đa thời, chiếu kiến ngũ uẩn giai không độ nhất thiết khổ ách.

Xá-lợi tử! Sắc bất dị không, không bất dị sắc; sắc tức thị không, không tức thị sắc. Thụ, tưởng, hành, thức diệc phục như thị.

Xá-lợi tử! Thị chư pháp không tướng bất sanh, bất diệt, bất cấu, bất tịnh, bất tăng, bất giảm. Thị cố không trung vô sắc vô thọ, tưởng, hành, thức; vô nhãn, nhĩ, tỉ, thiệt, thân, ý; vô sắc, thanh, hương, vị, xúc, pháp; vô nhãn giới nãi chí vô ý thức giới; vô vô minh, diệc vô vô minh tận; nãi chí vô lão tử, diệc vô lão tử tận; vô khổ, tập, diệt, đạo; vô trí diệc vô đắc.

Dĩ vô sở đắc cố, Bồ-đề-tát-đỏa y Bát-nhã Ba-la-mật-đa cố, tâm vô quái ngại; vô quái ngại cố, vô hữu khủng bố; viễn ly điên đảo mộng tưởng, cứu cánh Niết-bàn. Tam thế chư Phật y Bát-nhã Ba-la-mật-đa cố đắc A-nậu-đa-la Tam-miệu Tam-Bồ-đề.

Cố tri Bát-nhã Ba-la-mật-đa thị đại thần chú, thị đại minh chú, thị vô thượng đẳng đẳng chú, năng trừ nhất thiết khổ, chân thật bất hư. Cố thuyết Bát-nhã Ba-la-mật-đa chú, tức thuyết chú viết:

Yết-đế, yết-đế, ba-la-yết-đế, ba-la-tăng-yết-đế, Bồ-đề tát-bà-ha.

4. Bản Hán dịch của ngài Cưu-ma-la-thập[1]

摩訶般若波羅蜜大明呪經

觀世音菩薩，行深般若波羅蜜時，照見五陰空，度一切苦厄。

舍利弗！色空故無惱壞相，受空故無受相，想空故無知相，行空故無作相，識空故無覺相。

何以故？舍利弗！非色異空，非空異色。色即是空，空即是色。受想行識亦如是。

舍利弗！是諸法空相，不生不滅，不垢不淨，不增不減。是空法，非過去、非未來、非現在。

是故空中無色，無受、想、行、識，無眼、耳、鼻、舌、身、意，無色、聲、香、味、觸、法，無眼界乃至無意識界，無無明亦無無明盡，乃至無老死無老死盡，無苦、集、滅、道，無智亦無得。以無所得故，菩薩依般若波羅蜜故，心無罣礙。無罣礙故，無有恐怖，離一切顛倒夢想苦惱，究竟涅槃。三世諸佛依般若波羅蜜故，得阿耨多羅三藐三菩提。

故知般若波羅蜜是大明呪，無上明呪，無等等明呪，能除一切苦，真實不虛。故說般若波羅蜜呪。即說呪曰：

竭帝竭帝波羅竭帝波羅僧竭帝菩提僧莎呵

摩訶般若波羅蜜大明呪經

---

[1] Đại Chánh Tạng, Tập 8, Kinh số 250, trang 847, tờ c, bắt đầu từ dòng thứ 7.

Chú âm Hán Việt
Ma-ha Bát-nhã ba-la-mật Đại minh chú kinh

Quán Thế Âm Bồ Tát, hành thâm Bát-nhã ba-la-mật thời, chiếu kiến ngũ ấm không, độ nhất thiết khổ ách. Xá-lợi-phất! Sắc không cố vô não hoại tướng, thọ không cố vô thọ tướng, tưởng không cố vô tri tướng, hành không cố vô tác tướng, thức không cố vô giác tướng.

Hà dĩ cố? Xá-lợi-phất! Phi sắc dị không, phi không dị sắc; sắc tức thị không, không tức thị sắc. Thọ, tưởng, hành, thức diệc như thị.

Xá-lợi-phất! Thị chư pháp không tướng, bất sinh bất diệt, bất cấu bất tịnh, bất tăng bất giảm. Thị không pháp, phi quá khứ, phi vị lai, phi hiện tại. Thị cố không trung vô sắc, vô thọ, tưởng, hành, thức; vô nhãn, nhĩ, tỉ, thiệt, thân, ý; vô sắc, thanh, hương, vị, xúc, pháp; vô nhãn giới nãi chí vô ý thức giới; vô vô minh diệc vô vô minh tận; nãi chí vô lão tử vô lão tử tận; vô khổ, tập, diệt, đạo; vô trí diệc vô đắc.

Dĩ vô sở đắc cố, Bồ Tát y Bát-nhã ba-la-mật cố, tâm vô quái ngại. Vô quái ngại cố, vô hữu khủng bố, ly nhất thiết điên đảo mộng tưởng khổ não, cứu cánh Niết-bàn. Tam thế chư Phật y Bát-nhã ba-la-mật cố, đắc A-nậu-đa-la Tam-miệu Tam-bồ-đề.

Cố tri Bát-nhã ba-la-mật thị đại minh chú, vô thượng minh chú, vô đẳng đẳng minh chú, năng trừ nhất thiết khổ, chân thật bất hư. Cố thuyết Bát-nhã ba-la-mật chú, tức thuyết chú viết:

Yết đế, yết đế, ba la yết đế, ba la tăng yết đế, bồ đề tát bà ha.

Ma-ha Bát-nhã ba-la-mật Đại minh chú kinh

5. Bản Việt dịch của Hòa thượng Thích Trí Thủ[1]

Bồ tát Quán tự tại khi hành Bát nhã ba la mật đa sâu xa soi thấy năm uẩn đều không, vượt qua mọi khổ ách.

Xá Lợi Tử! Sắc chẳng khác không, không chẳng khác sắc; sắc tức là không, không tức là sắc; thọ, tưởng, hành, thức cũng lại như vậy.

Xá Lợi Tử! Tướng không các pháp đây, chẳng sanh chẳng diệt, chẳng dơ chẳng sạch, chẳng thêm chẳng bớt. Cho nên, trong không, không sắc, không thọ, tưởng, hành, thức; không mắt, tai, mũi, lưỡi, thân, ý; không sắc, thanh, hương, vị, xúc, pháp; không nhãn giới cho đến không ý thức giới; không vô minh cũng không vô minh hết; cho đến không già chết, cũng không già chết hết; không khổ, tập, diệt, đạo; không trí cũng không đắc.

Bởi không sở đắc, Bồ tát nương Bát nhã ba la mật đa, nên tâm không mắc ngại; vì không mắc ngại nên không sợ hãi, xa lìa mộng tưởng điên đảo, rốt ráo niết bàn. Chư Phật ba đời nương Bát nhã ba la mật đa nên chứng a nậu đa la tam miệu tam bồ đề.

Nên biết Bát nhã ba la mật đa là chú thần lớn, là chú minh lớn, là chú vô thượng, là chú không gì sánh bằng, trừ hết mọi khổ ách, chắc thật vì không dối.

Nên nói chú Bát nhã ba la mật đa, nên nói chú rằng: Yết đế, Yết đế, Ba la Yết đế, Ba la tăng Yết đế, Bồ đề, Tát bà ha.

---

[1] Tất cả các bản Việt dịch trích trong Khảo luận này đều được dịch từ bản Hán dịch của ngài Huyền Trang.

6. Bản Việt dịch của Quảng Minh

Bồ-tát Quán Tự Tại khi tu hành Bát-nhã ba-la-mật sâu xa, soi thấy năm uẩn đều Không, vượt mọi khổ ách.

Xá-lợi Tử! Sắc chẳng khác Không. Không chẳng khác sắc. Sắc tức là Không, Không tức là sắc. Thọ, tưởng, hành, thức, cũng lại như vậy.

Xá-lợi Tử! Tướng Không của các pháp ấy không sinh không diệt, không dơ không sạch, không thêm không bớt. Thế nên, trong Không không sắc, không thọ, tưởng, hành, thức; không nhãn, nhĩ, tỷ, thiệt, thân, ý; không sắc, thanh, hương, vị, xúc, pháp; không nhãn giới cho đến không ý thức giới; không vô minh và không sự diệt tận của vô minh; cho đến không lão tử và không sự diệt tận của lão tử; không khổ, tập, diệt, đạo; không quán trí và không thủ đắc.

Vì không thủ đắc nên Bồ-tát y theo Bát-nhã ba-la-mật-đa thì tâm không bị chướng ngại; không bị chướng ngại thì không có khiếp sợ, xa lìa mọi điên đảo mộng tưởng, được cứu cánh Niết-bàn. Chư Phật trong ba đời y theo Bát-nhã ba-la-mật-đa thì được Vô thượng Chánh đẳng Chánh giác.

Nên biết Bát-nhã ba-la-mật-đa là thần chú vĩ đại, là chú rất sáng chói, là chú vô thượng, là chú không gì sánh bằng, trừ được mọi khổ não, chân thật không hư dối, nên được gọi là chú Bát-nhã ba-la-mật-đa.

Nên thuyết chú rằng: Yết-đế, yết-đế, ba-la-yết-đế, ba-la-tăng-yết-đế, bồ-đề, tăng sa-ha.

7. Bản Việt dịch của Nguyễn Minh Tiến

Bồ Tát Quán Tự Tại khi hành trì pháp Bát-nhã ba-la-mật-đa sâu xa, thấy rõ năm uẩn đều là không, nhờ đó vượt qua hết thảy mọi khổ ách.

Này Xá-lợi tử! Sắc [uẩn] chẳng khác với Không, Không cũng chẳng khác với sắc [uẩn]. Sắc [uẩn] chính là Không, Không cũng chính là sắc [uẩn]. Đối với [các uẩn khác như] thọ, tưởng, hành và thức cũng đều như thế.

Này Xá-lợi tử! Vì thế nên tướng Không của các pháp vốn không sanh không diệt, không dơ không sạch, không thêm không bớt.

Cũng vì thế nên trong tánh Không chẳng có sắc [uẩn], chẳng có thọ [uẩn], tưởng [uẩn], hành [uẩn], thức [uẩn]; chẳng có [các giác quan như] mắt, tai, mũi, lưỡi, thân, ý; chẳng có [các đối tượng để giác quan nhận biết như] hình sắc, âm thanh, mùi hương, vị nếm, sự xúc chạm, các pháp; chẳng có các phạm trù [tiếp xúc giữa] mắt [với hình sắc] cho đến phạm trù [tiếp xúc giữa] ý thức [với các pháp]; chẳng có [cả Mười hai nhân duyên như từ] vô minh và sự chấm dứt của vô minh cho đến già chết và sự chấm dứt của già chết; chẳng có [cả Bốn chân đế như] khổ đau, nguyên nhân của khổ đau, sự chấm dứt khổ đau và con đường đưa đến sự chấm dứt khổ đau; chẳng có trí tuệ cũng chẳng có sự chứng đắc.

Do [nhận thức được rằng] không có sự chứng đắc nên Bồ Tát y theo pháp môn Bát-nhã ba-la-mật-đa và đạt đến tâm thức thông suốt không còn chướng ngại; nhờ tâm thức không chướng ngại nên không có sự sợ sệt hoảng hốt, xa lìa những mộng ảo suy tưởng trái ngược với sự thật, rốt ráo đạt đến Niết-bàn.

Chư Phật trong ba đời [quá khứ, hiện tại và vị lai] đều y theo pháp môn Bát-nhã ba-la-mật-đa này mà đạt được quả vị Vô thượng Chánh đẳng Chánh giác.

Vì thế biết rằng [thần chú lưu xuất từ pháp môn] Bát-nhã ba-la-mật-đa là thần chú quan trọng nhất, là thần chú sáng suốt nhất, là thần chú cao trổi nhất, là thần chú không gì so sánh được, có khả năng dứt trừ hết thảy mọi khổ não, chân thật không hư dối.

Do đó tuyên thuyết thần chú Bát-nhã ba-la-mật-đa như thế này: Yết-đế, yết-đế, ba-la-yết-đế, ba-la-tăng-yết-đế, bồ-đề, tát-bà-ha.

8. Bản dịch Anh ngữ của Edward Conze

Om homage to the perfection of wisdom the lovely, the holy!
Avalokita, the holy lord and bodhisattva, was moving in the deep course of the wisdom which has gone beyond.
He looked down from on high, he beheld but five heaps, and he saw that in their own-being they were empty.
Here, o Sariputra, Form is emptiness and the very emptiness is form; Emptiness does not differ from form, form does not differ from emptiness, whatever is emptiness, that is form. The same is true of feelings, perceptions, impulses, and consciousness.
Here, o Sariputra, all dharmas are marked with emptiness; They are not produced or stopped, not defiled or immaculate, not deficient or complete.
Therefore, o sariputra, in emptiness there is no form nor feeling, nor perception, nor impulse, nor consciousness; no eye, ear, nose, tongue, body, mind; no forms, sounds, smells, tastes, touchables or objects of mind; no sight-organ element, and

so forth, until we come to: No mind-consciousness element; there is no ignorance, no extinction of ignorance, and so forth, until we come to: there is no decay and death, no extinction of decay and death. There is no suffering, no origination, no stopping, no path. There is no cognition, no attainment and no non-attainment.

Therefore, o sariputra, it is because of his non-attainmentness that a bodhisattva, through having relied on the perfection of wisdom, dwells without thought-coverings. In the absence of thought-coverings he has not been made to tremble, he has overcome what can upset, and in the end he attains to nirvana.

All those who appear as buddhas in the three periods of time fully awake to the utmost, right and perfect enlightenment because they have relied on the perfection of wisdom.

Therefore one should know the prajnaparamita as the great spell, the spell of great knowledge, the utmost spell, the unequalled spell, allayer of all suffering, in truth -- for what could go wrong? By the prajnaparamita has this spell been delivered. It runs like this:

Gate gate paragate parasamgate bodhi svaha.

(Gone, gone, gone beyond, gone altogether beyond, o what an awakening, all-hail!)

9. Bản dịch Anh ngữ của Rulu

As Avalokiteśvara Bodhisattva went deep into prajñā-pāramitā, he saw in his illumination the emptiness of the five aggregates, [the realization of] which delivers one from all suffering and tribulations.

"Śāriputra, form is no different from emptiness; emptiness is no different from form. In effect, form is emptiness and emptiness is form. The same is true for sensory reception, perception, mental processing, and consciousness. Śāriputra, dharmas, with empty appearances, have neither birth nor death, neither impurity nor purity, neither increase nor decrease.

"Therefore, in emptiness there is no form, nor sensory reception, perception, mental processing, or consciousness; no eye, ear, nose, tongue, body, or mental faculty, nor sights, sounds, scents, flavors, tactile sensations, or mental objects; no spheres, from eye sphere to mental consciousness sphere. There is neither ignorance nor ending of ignorance, neither old age and death nor ending of old age and death. There is no suffering, accumulation [of afflictions], cessation [of suffering], or the path. There is neither wisdom-knowledge nor attainment because there is nothing to attain.

"Bodhisattvas, because they rely on prajñā-pāramitā, have no hindrances in their minds. Without hindrance, they have no fear. Staying far from inverted dreaming and thinking, they will ultimately attain nirvāṇa. Buddhas of the past, present, and future, because they rely on prajñā-pāramitā, all attain anuttara-samyak-saṁbodhi.

"Hence, we know that the Prajñā-Pāramitā [Mantra] is the great spiritual mantra, the great illumination mantra, the unsurpassed mantra, the unequaled mantra, which can remove all suffering. It is true, not false. Hence the Prajñā-Pāramitā Mantra is pronounced. Then the mantra goes:

Gate gate pāragate pāra-saṁgate bodhi svāhā"

Phần II.
Thầy Nhất Hạnh dịch lại Tâm kinh[1]

Lý do tại sao phải dịch lại Tâm kinh

Các con của Thầy,

Sở dĩ Thầy phải dịch lại Tâm kinh, vì vị tổ sư biên tập Tâm kinh đã không đủ khéo léo trong khi sử dụng ngôn từ; do đó, đã gây ra nhiều hiểu lầm qua các thời đại.[2]

Thầy muốn kể cho các con nghe hai câu chuyện: câu chuyện của một vị sa-di tới tham vấn một thiền sư và câu chuyện một thầy khất sĩ tới tham vấn Tuệ Trung Thượng Sĩ.

1.

Vị thiền sư hỏi chú sa-di:

- Con hiểu Tâm kinh như thế nào, nói cho Thầy nghe đi.

Chú sa-di chắp tay đáp:

- Con học được rằng, tất cả năm uẩn đều là không. Không có mắt, tai, mũi, lưỡi, thân và ý; không có sắc, thanh, hương, vị, xúc và pháp; không có sáu thức, mười tám giới cũng không có, mười hai nhân duyên cũng không có, mà cả tuệ giác và chứng đắc cũng không có.

- Con có tin vào lời kinh ấy không?

- Dạ con rất tin vào lời kinh.

---

[1] Các văn bản trong phần này được trích nguyên văn từ trang web chính thức của Làng Mai: https://langmai.org. Các chú thích là của chúng tôi.

[2] Trong bản dịch Anh ngữ nêu con số 2.000 năm.

Thiền sư bảo:

- Con xích lại gần thầy đây.

Khi chú sa-di xích lại gần, vị thiền sư liền dùng ngón tay cái và ngón tay trỏ của mình nắm lấy cái mũi của chú sa-di và vặn một cái mạnh. Chú sa-di đau quá la lên:

- Thầy ơi, thầy làm con đau quá!

Vị thiền sư nhìn chú và hỏi:

- Vừa rồi chú nói rằng không có mũi. Nếu không có mũi thì cái gì đau vậy?

2.

Tuệ Trung Thượng Sĩ là một vị thiền sư cư sĩ, đã từng làm y chỉ sư cho vua Trần Nhân Tông hồi vua còn nhỏ tuổi. Hôm ấy, có một thầy tỳ-kheo tới hỏi ngài về Tâm kinh:

- Bạch Thượng Sĩ, hình hài chính là cái không, cái không chính là hình hài, câu này có nghĩa gì?

Ban đầu, Thượng Sĩ im lặng. Sau đó, Thượng Sĩ hỏi:

- Thầy có hình hài không?

- Dạ có.

- Vậy thì tại sao lại nói hình hài là không?

Thượng sĩ hỏi tiếp:

- Thầy có thấy trong cái không gian trống rỗng kia, có cái hình hài không?

- Dạ con không thấy có.

- Vậy thì tại sao lại nói cái không tức là hình hài?

Vị khất sĩ đứng lên xá và đi ra. Nhưng thầy bị Thượng Sĩ gọi lại và đọc cho nghe bài kệ sau đây:

"Sắc tức thị không, không tức thị sắc,

Chư Bụt ba đời tạm thời bày đặt.
Không chẳng phải sắc, sắc chẳng phải không,
Thể tính sáng trong không hề còn mất."

Căn cứ vào câu chuyện này, ta thấy Tuệ Trung Thượng Sĩ đã nói ngược lại với Tâm kinh và đã động tới cái công thức "sắc tức thị không, không tức thị sắc" linh thiêng, bất khả xâm phạm của nền văn học Bát-nhã.

Thầy thấy Thượng Sĩ đã đi quá đà. Thượng sĩ chưa thấy được rằng cái lỗi không nằm ở công thức "sắc tức thị không" mà nằm ở chỗ vụng về nơi câu "Thị cố không trung vô sắc". Cách dùng chữ của Tâm kinh Bát-nhã ngay từ câu đầu cho đến câu: "không sinh, không diệt, không dơ, không sạch, không thêm, không bớt", theo Thầy đã là tuyệt hảo. Thầy chỉ hơi tiếc là vị tổ sư biên tập Tâm kinh đã không thêm vào bốn chữ không có, không không ngay sau bốn chữ không sinh, không diệt mà thôi. Bởi vì bốn chữ ấy có thể giúp người thoát khỏi ý niệm có và không, và người ta sẽ không còn dễ bị kẹt vào những cái như "không mắt, không tai, không mũi, không lưỡi..." Cái mũi của chú sa-di đến bây giờ vẫn còn đỏ, các con thấy không?

Vấn đề bắt đầu từ câu kinh: "Này Śāriputra, vì thế mà trong cái không, không có hình hài, cảm thọ, tri giác, tâm hành và nhận thức" (tiếng Phạn: Tasmāc śariputra śūnyatayāṃ na rūpaṃ na vedanā na saṃjñā na saṃskārāḥ na vijñānam). Ô hay! Vừa nói ở trên là cái không chính là hình hài, và hình hài chính là cái không, mà bây giờ lại nói ngược lại: Chỉ có cái không, không có hình hài. Câu kinh này có thể đưa tới những hiểu lầm tai hại: Nó bốc tất cả các pháp ra khỏi phạm trù hữu và đặt chúng vào trong phạm trù vô (vô sắc, vô thọ, tưởng, hành, thức...). Trong khi đó, thực tính của vạn pháp là không hữu cũng không vô, không sinh cũng không diệt. Kiến chấp hữu là một biên kiến. Kiến chấp vô là một biên kiến khác. Cái mũi của sư chú còn đau tới bây giờ là vì sự vụng về này. Cho đến bài kệ kiến giải tương truyền là của tổ Huệ Năng[1] cũng bị kẹt vào ý niệm vô đó: "bản lai vô nhất vật!":

"Cây bồ đề vốn chưa bao giờ từng có
Đài gương sáng cũng vậy
Từ xưa nay, chưa thực sự có một cái gì
Vậy thử hỏi bụi bặm có chỗ nào để bám?"

Thật là:

"Một áng mây qua che cửa động
Bao nhiêu chim chóc lạc đường về."

Tuệ giác Bát nhã là thứ tuệ giác siêu việt giúp chúng ta vượt thoát mọi cặp ý niệm đối lập như sinh diệt, có không, nhiễm tịnh, thêm bớt, chủ thể đối tượng, v.v... và tiếp xúc được với thực tại bất sinh bất diệt, phi hữu phi vô, v.v... : thực tại này chính là thực tính của vạn pháp. Đó là trạng thái của sự mát mẻ, lắng dịu, bình an, vô úy, có thể chứng nghiệm được ngay trong đời sống hiện tại với hình thể năm uẩn của mình. Đó là nirvāna. "Chim chóc ưa trời mây, hươu nai ưa đồng quê, các bậc thức giả ưa rong chơi nơi niết bàn." Đây là một câu rất hay trong phẩm Nê Hoàn của Kinh Pháp Cú trong tạng kinh chữ Hán.

Tuệ giác Bát nhã là sự thật tuyệt đối, là thắng nghĩa đế, vượt lên trên mọi sự thật ước lệ. Nó là cái thấy cao nhất của

---

[1] Lục tổ Huệ Năng (慧能, 638-713): Tổ thứ sáu của Thiền tông Trung Hoa nhưng được xem là người khai sáng thiền Đốn ngộ, khác với pháp Tiệm tu của Đại sư Thần Tú. Tổ Huệ Năng cũng được xem là người đã vực dậy Thiền tông Trung Hoa, với rất nhiều đệ tử đắc pháp của ngài về sau truyền rộng pháp thiền Đốn ngộ ra khắp nơi, hình thành Ngũ gia Thất tông của thiền Trung Hoa.

Bụt. Những đoạn kinh nào trong Đại Tạng, dù là trong các bộ Kinh Bát Nhã đồ sộ, nếu không phản chiếu được tinh thần trên, thì đều còn nằm trong bình diện sự thật ước lệ, chưa phải là đệ nhất nghĩa đế. Rủi thay, ngay trong Tâm Kinh, ta cũng thấy có một đoạn khá dài như thế.

Cũng vì vậy mà trong bản dịch mới này, Thầy đã đổi luôn cách dùng chữ trong nguyên văn tiếng Phạn và bản dịch chữ Hán của thầy Huyền Trang. Thầy dịch: "Chính vì vậy mà trong cái không, năm uẩn là hình hài, cảm thọ, tri giác, tâm hành và nhận thức đều không có mặt như những thực tại riêng biệt, (They do not exist as separate entities). Các pháp từ duyên khởi mà biểu hiện, không có tự tính riêng biệt, không thể tự riêng mình có mặt; đó là điều kinh Bát-nhã muốn tuyên giải. "Cả tuệ giác và chứng đắc cũng không có mặt như những gì riêng biệt." Câu kinh này cũng sâu sắc không kém gì câu "sắc tức thị không". Thầy cũng đã thêm vào bốn chữ không có, không không vào sau bốn chữ không sinh, không diệt. "Không có, không không" là tuệ giác siêu việt của Bụt trong kinh Kātyāyana (Ca Chiên Diên), khi Bụt đưa ra một định nghĩa về chánh kiến. Bốn chữ này sẽ giúp cho các thế hệ sa-di tương lai không còn bị đau lỗ mũi.

Tâm kinh Bát-nhã có chủ ý muốn giúp cho Hữu Bộ (Sarvāstivāda) buông bỏ chủ trương ngã không pháp hữu (không có ngã, mà chỉ có pháp). Chủ trương sâu sắc của Bát-nhã thật ra là để xiển dương tuệ giác ngã không (ātma sūnyatā) và pháp không (dharma sūnyatā) chứ không phải là ngã vô và pháp vô. Bụt đã dạy trong kinh Kātyāyana rằng phần lớn người đời đều bị kẹt vào ý niệm hữu hoặc vô. Câu kinh: "Chính vì vậy mà trong cái không, không có sắc, thọ, tưởng, hành, thức..." rõ ràng là đang bị kẹt vào ý niệm vô, cho nên câu kinh ấy không phải là một câu kinh liễu nghĩa. Ngã không (ātma sūnyatā) chỉ có nghĩa là sự trống rỗng của cái ngã, mà không phải là sự vắng mặt của một cái ngã, cũng như chiếc bong bóng trống rỗng bên trong chứ không phải là không có chiếc bong bóng. Pháp không (dharma sūnyatā) cũng thế, nó chỉ có nghĩa là sự trống rỗng của các pháp mà không phải là sự vắng mặt của các pháp, cũng như bông hoa chỉ được làm bằng những yếu tố không phải hoa chứ không phải là bông hoa đang không có mặt.

Tâm kinh Bát-nhã ra đời muộn khi tín ngưỡng mật giáo đã bắt đầu thịnh hành. Vị tổ sư biên tập Tâm kinh đã muốn tín đồ Mật giáo đọc tụng Tâm kinh, nên trong đoạn cuối đã trình bày Tâm kinh như một linh chú. Đây cũng là một phương tiện quyền xảo. Thầy sử dụng cụm từ "tuệ giác qua bờ", vì trong câu linh chú ấy có từ pāragate có nghĩa là qua tới bờ bên kia, bờ của trí tuệ. Pārāyana cũng như Pāramitā đều được dịch là Đáo Bỉ Ngạn. Trong Kinh Tập (Sutta Nipāta), có một kinh gọi là Pārāyana được dịch là đáo bỉ ngạn, qua tới bờ bên kia.

Chúc các con tập tụng bản dịch mới cho hay. Mình đã có bản dịch tiếng Anh rồi và thầy Pháp Linh đang phổ nhạc mới. Thế nào trong ấn bản mới của Nhật Tụng Thiền Môn, ta cũng đưa bản dịch mới này vào. Hôm qua dịch xong, có một ánh trăng đi vào trong phòng Thầy. Đó là khoảng ba giờ khuya ngày 21.08.2014.

Viết tại Viện Vô Ưu, Waldbröl,
Thầy của các con, thương và tin cậy

Thầy Nhất Hạnh Dịch Lại Tâm Kinh

The reasons for a new translation[1]

Thay's message of explanation to his students, translated from the Vietnamese. Thay wrote this text on the 22nd August 2014, after completing his very first translation draft in Vietnamese.

Dear Family,

Thay needs to make this new translation of the Heart Sutra because the patriarch who originally compiled the Heart Sutra was not sufficiently skilful enough with his use of language. This has resulted in much misunderstanding for almost 2,000 years.

Thay would like to share with you two stories: the story of a novice monk who paid a visit to a Zen master, and the story of a Bhikkhu who came with a question to the Eminent Master Tue Trung.

1.

In the first story, the Zen master asked the novice monk:

"Tell me about your understanding of the Heart sutra."

The novice monk joined his palms and replied:

"I have understood that the five skandhas are empty. There are no eyes, ears, nose, tongue, body or mind; there are no forms, sounds, smells, tastes, feelings, or objects of mind; the six consciousnesses do not exist, the eighteen realms of phenomena do not exist, the twelve links of dependent arising do not exist, and even wisdom and attainment do not exist."

---

[1] Đây là bản dịch chính thức sang tiếng Anh của Làng Mai, được đăng trên trang tiếng Anh: https://plumvillage.org/

"Do you believe what it says?"

"Yes, I truly believe what it says."

"Come closer to me," the Zen master instructed the novice monk. When the novice monk drew near, the Zen master immediately used his thumb and index finger to pinch and twist the novice's nose.

In great agony, the novice cried out "Teacher! You're hurting me!" The Zen master looked at the novice. "Just now you said that the nose doesn't exist. But if the nose doesn't exist then what's hurting?"

2.

The Eminent Master Tue Trung was a lay Zen master who had once served as the mentor for the young King Tran Nhan Tong, in 13th Century Vietnam. One day, a Bhikkhu paid him a visit to ask him about the Heart Sutra.

"Respected Eminent Master, what does the phrase 'form is emptiness, emptiness is form,' really mean?"

At first the Eminent Master remained silent. And then, after a while, he asked:

"Bhikkhu, do you have a body?"

"Yes, I do."

"Then, why do you say that the body does not exist?"

The Eminent Master then continued, "Do you think that in empty space there is form?"

"No, I do not see that there is form."

"Then why do you say that emptiness is form?"

Thầy Nhất Hạnh Dịch Lại Tâm Kinh

The Bhikkhu stood up, bowed, and went on his way. But the Master summoned him back in order to recite to him the following gatha:

Form is emptiness, emptiness is form,

is a skillful means created temporarily by the Buddhas of the three times.

Emptiness is not form, form is not emptiness

Their nature is always pure and illuminating, neither caught in being nor in non-being.

In this story the Eminent Master Tue Trung seems to contradict the Heart Sutra and challenge the sacred formula 'form is emptiness and emptiness is form,' considered inviolable in the Prajñāpāramitā literature.

Thay believes that the Eminent Master went too far. The Master was not able to see that the mistake doesn't rest in the formula, 'form is emptiness' rather, it resides in the unskillfulness of the line, 'Therefore in emptiness there is no form.' According to Thay, the way in which words are used in the Heart Sutra, right from the beginning up to the line: 'no birth, no death, not defiled, not immaculate, not increasing, nor decreasing,' is already perfect. Thay's only regret is that the patriarch who recorded the Heart Sutra did not add the four words 'no being, no non-being' immediately after the four words 'no birth, no death,' because these four words would help us transcend the notion of being and non-being, and we would no longer get caught in such ideas as 'no eyes, no ears, no nose, no tongue...' The nose of the novice monk is still sore, even today. Do you understand?

The problem begins with the line: 'Listen Shariputra, because in emptiness, there is no form, feelings, perceptions, mental formations, and consciousness' (in Sanskrit: Tasmāc

Śāriputra śūnyatayāmnarūpamnavedanānasamjñānasamskārāna vijñānam). How funny! It was previously stated that emptiness is form, and form is emptiness, but now you say the opposite: there is only emptiness, there is no body. This line of the sutra can lead to many damaging misunderstandings. It removes all phenomena from the category 'being' and places them into the category of 'non-being' (no form, feelings, perceptions, mental formations or consciousness...). Yet the true nature of all phenomena is the nature of no being nor non-being, no birth and no death. The view of 'being' is one extreme view and the view of 'non-being' is another extreme view. It is because of this unskillfulness that the novice monk's nose is still sore.

The famous gatha ascribed to the sixth patriarch Hue Nang (Hui-neng), in which he presented his insight to the fifth patriarch Hoang Nhan (Hung-jen), also expresses this notion and is also caught in the same wrong view:

> *Originally, there is no Bodhi tree*
> *The bright mirror does not exist either*
> *From the non-beginning of time nothing has ever existed*
> *So where can the dust settle?*

We can say:

> *"A white cloud passes by and hides the mouth of the cave*
> *Causing so many birds to lose their way home."*

The insight of prajñāpāramitā is the most liberating insight that helps us overcome all pairs of opposites such as birth and death, being and non-being, defilement and immaculacy, increasing and decreasing, subject and object, and so on, and helps us to get in touch with the true nature of no birth/no death, no being/no non-being etc... which is the true nature of all phenomena. This is a state of coolness, peace, and non-fear that can be experienced in this very life, in your own body and in your own five skandhas. It is nirvana. Just as the birds enjoy the sky, and the deer enjoy the meadow, so do the wise enjoy dwelling in nirvana. This is a very beautiful sentence in the Nirvana Chapter of the Chinese Dharmapada.

The insight of prajñāpāramitā is the ultimate truth, transcending of all conventional truths. It is the highest vision of the Buddha. Whatever paragraph in the Tripitaka, even in the most impressive of the Prajñāpāramitā collections, if it so contradicts this, it is still caught in conventional truth. Unfortunately, in the Heart Sutra we find such a paragraph, and it is quite long.

That is why in this new translation Thay has changed the way of using words in both the original Sanskrit and the Chinese translation by Huyen Trang (Xuan-Zang). Thay translates as follows: 'That is why in emptiness, body, feelings, perceptions, mental formations, and consciousness are not separate self entities.' All phenomena are products of dependent arising: that is the main point of the prajñāpāramitā teaching. 'Even insight and attainment do not exist as separate self entities.' This sentence is as important as the sentence 'form is emptiness.' Thay also has added 'no being, no non-being' into the text. No being, no non-being is the deep vision of the Buddha stated in the Kātyāyana sutra, when he offered a definition on right view. These four words, no being, no non-being, will help future generations not to suffer from a twisted nose.

The Heart Sutra was intended to help the Sarvāstivādins

relinquish the view of no self and no dharma. The deepest teaching of Prājñāpāramitā is the emptiness of self (ātmaśūnyatā) and the emptiness of dharma (dharmanairātmya) and not the non-being of self and dharma. The Buddha has taught in the Kātyāyana sutra that most people in the world are caught either in the view of being and non-being. Therefore, the sentence 'in emptiness there is no form, feelings...' is obviously still caught in the view of non-being. That is why this sentence does not correspond to the Ultimate Truth. Emptiness of self only means the emptiness of self, not the non-being of self, just as a balloon that is empty inside does not mean that the balloon does not exist. The same is true with the emptiness of dharma: it only means the emptiness of all phenomena and not the non-existence of phenomena. It is like a flower that is made only of non-flower elements. The flower is empty of a separate existence, but that doesn't mean that the flower is not there.

The Heart Sutra made a late appearance at a time when Tantric Buddhism had begun to flourish. The patriarch who compiled the Heart Sutra wanted to encourage followers of Tantric Buddhism to practice and recite the Heart Sutra, so that's why he presented the Heart Sutra as a kind of mantra. This was also a skillful means. Thay has used the phrase, 'The Insight that Brings Us to the Other Shore,' because in the mantra there is the expression pāragate which means 'gone over to the other shore, the shore of wisdom'. Pārāyana and pāramitā have both been translated as 'crossing over to the other shore.' In the Sutta Nipāta there is a chapter called Pārāyana which has also been translated as 'crossing over to the other shore.'

Dear Family, I hope you enjoy practicing the new version of the Heart Sutra in English. We have an English translation and Br. Phap Linh is in the process of composing the music for the new chant. The next edition of the Chanting Book will include this new translation. Yesterday, on the 21st of August, after finishing the translation at around 3a.m., a moon ray penetrated Thay's room.

With love and trust,
Your Teacher
Aśoka Institute, EIAB, Waldbröl

Bản dịch mới Tâm kinh, văn xuôi

Tâm kinh Tuệ Giác Qua Bờ

Bồ-tát Avalokiteśvara, trong khi quán chiếu sâu sắc với tuệ giác qua bờ, bỗng khám phá ra rằng tất cả năm uẩn đều trống rỗng, tất cả đều là cái không. Giác ngộ điều ấy xong, bồ-tát vượt qua được mọi khổ đau ách nạn.

"Này Śāriputra, hình hài này chính là cái không và cái không cũng chính là hình hài này. Hình hài này không phải là một cái gì khác với cái không và cái không cũng không phải là một cái gì khác với hình hài này. Điều này cũng đúng với các cảm thọ, tri giác, tâm hành và nhận thức.

"Này Śāriputra, tất cả mọi hiện tượng đều mang theo tướng không, không hiện tượng nào thực sự có sinh, có diệt, có có, có không, có dơ, có sạch, có thêm và có bớt.

"Chính vì vậy mà trong cái không, năm uẩn là hình hài, cảm thọ, tri giác, tâm hành và nhận thức đều không có mặt như những thực tại riêng biệt. Mười tám lĩnh vực hiện tượng là sáu căn, sáu trần và sáu thức cũng đều không có mặt như những thực tại riêng biệt; mười hai khoen nhân duyên cùng sự chấm dứt của chúng, bốn đế là khổ, tập, diệt và đạo cũng không có mặt như những thực tại riêng biệt; tuệ giác và chứng đắc cũng đều như thế.

"Vị bồ-tát khi thực tập phép quán tuệ giác qua bờ không thấy có gì cần được chứng đắc, nên không thấy còn có gì chướng ngại trong tâm. Và vì tâm không còn chướng ngại nên vị ấy vượt thắng được mọi sợ hãi, đập tan được mọi tri giác sai lầm và đạt được nirvāṇa tuyệt hảo.

"Tất cả các Bụt trong quá khứ, hiện tại và vị lai nhờ nương vào phép thực tập tuệ giác qua bờ mà đạt tới chánh giác toàn vẹn.

"Cho nên, này thầy Śāriputra, ai cũng cần biết rằng tuệ giác qua bờ là một linh chú lớn, là linh chú sáng nhất, là linh chú cao nhất, là linh chú không thể so sánh được. Đó là tuệ giác chân thực có khả năng diệt trừ tất cả mọi khổ nạn. Vì vậy ta nên đọc lên câu linh chú sau đây để tán dương tuệ giác qua bờ:

"Gate, gate, pāragate, pārasamgate, bodhi, svaha!"

Bản dịch Tâm kinh mới, theo kệ 5 chữ

Avalokita
Khi quán chiếu sâu sắc
Với tuệ giác qua bờ,
Bỗng khám phá ra rằng:
Năm uẩn đều trống rỗng.
Giác ngộ được điều đó,
Bồ-tát vượt ra được
Mọi khổ đau ách nạn.(C)

"Này Śāriputra,
Hình hài này là không,
Không là hình hài này;
Hình hài chẳng khác không,
Không chẳng khác hình hài.
Điều này cũng đúng với
Cảm thọ và tri giác,
Tâm hành và nhận thức. (C)

"Này Śāriputra,

Mọi hiện tượng đều không,
Không sinh cũng không diệt,
Không có cũng không không,
Không dơ cũng không sạch,
Không thêm cũng không bớt. (C)

"Cho nên trong cái không,
Năm uẩn đều không thể
Tự riêng mình có mặt.
Mười tám loại hiện tượng
Là sáu căn, sáu trần
Và sáu thức cũng thế;
Mười hai khoen nhân duyên
Và sự chấm dứt chúng
Cũng đều là như thế;
Khổ, tập, diệt và đạo
Tuệ giác và chứng đắc
Cũng đều là như thế. (C)

"Khi một vị bồ-tát

Nương tuệ giác qua bờ
Không thấy có sở đắc
Nên tâm hết chướng ngại.
Vì tâm hết chướng ngại
Nên không còn sợ hãi,
Đập tan mọi vọng tưởng,
Đạt niết-bàn tuyệt hảo. (C)

Chư Bụt trong ba đời
Nương tuệ giác qua bờ
Đều có thể thành tựu
Quả chánh giác toàn vẹn. (C)

"Vậy nên phải biết rằng
Phép tuệ giác qua bờ
Là một linh chú lớn,
Là linh chú sáng nhất,
Là linh chú cao tột,
Không có linh chú nào
Có thể so sánh được.
Là tuệ giác chân thực
Có khả năng diệt trừ
Tất cả mọi khổ nạn. (C)

Vậy ta hãy tuyên thuyết
Câu linh chú qua bờ:
"Gate, gate,
pāragate,
pārasamgate,
bodhi, svaha!" (CC)

Thầy Nhất Hạnh Dịch Lại Tâm Kinh

Bản dịch Tâm kinh mới bằng tiếng Anh

The Insight that Brings Us to the Other Shore

Avalokiteshvara
while practicing deeply with
the Insight that Brings Us to the Other Shore,
suddenly discovered that
all of the five Skandhas are equally empty,
and with this realisation
he overcame all Illbeing.

"Listen Shariputra,
this Body itself is Emptiness
and Emptiness itself is this Body.
This Body is not other than Emptiness
and Emptiness is not other than this Body.
The same is true of Feelings,
Perceptions, Mental Formations,
and Consciousness.

"Listen Sariputra,
all phenomena bear the mark of Emptiness;
their true nature is the nature of
no Birth no Death,
no Being no Nonbeing,
no Defilement no Immaculacy,
no Increasing no Decreasing.

"That is why in Emptiness,
Body, Feelings, Perceptions,
Mental Formations and Consciousness

are not separate self entities.
The Eighteen Realms of Phenomena
which are the six Sense Organs,
the six Sense Objects,
and the six Consciousnesses
are also not separate self entities.

The Twelve Links of Interdependent Arising
and their Extinction
are also not separate self entities.
Illbeing, the Causes of Illbeing,
the End of Illbeing, the Path,
insight and attainment,
are also not separate self entities.
Whoever can see this
no longer needs anything to attain.

"Bodhisattvas who practice
the Insight that Brings Us to the Other Shore
see no more obstacles in their mind,
and because there are no more
obstacles in their mind,
they can overcome all fear,
destroy all wrong perceptions
and realize Perfect Nirvana.

"All Buddhas in the past, present and
future by practicing
the Insight that Brings Us to the Other Shore
are all capable of attaining
Authentic and Perfect Enlightenment.

"Therefore Sariputra,
it should be known that
the Insight that Brings Us to the Other Shore
is a Great Mantra,
the most illuminating mantra,
the highest mantra,
a mantra beyond compare,
the True Wisdom that has
the power
to put an end to all kind of
suffering.

Therefore let us proclaim
a mantra to praise
the Insight that Brings Us to the Other Shore:
Gate, Gate, Paragate, Parasamgate,
Bodhi Svaha!"

PHẦN III.
CÁC Ý KIẾN XOAY QUANH VIỆC DỊCH MỚI TÂM KINH CỦA THẦY NHẤT HẠNH

Có nên dịch lại Tâm kinh hay không?[1]

Nguyễn Minh Tiến

Gần đây, thầy Nhất Hạnh đã dịch lại Tâm kinh Bát-nhã. Trang Làng Mai có đăng tải bản dịch mới, kèm theo những giải thích của thầy về lý do phải dịch lại Tâm kinh. Rất nhiều trang mạng đã đăng tải bản dịch mới này, trong đó có cả Thư viện Hoa Sen. Bên dưới bài đăng ở Thư viện Hoa Sen có nhiều nhận xét của người đọc để lại, cho thấy khá nhiều ý kiến trái chiều quan tâm đến việc này.

Trước khi trình bày một vài ý riêng, tôi muốn kể lại một câu chuyện mà có lẽ rất nhiều người đã biết.

Xưa có bà lão tin theo Phật pháp nhưng chẳng được học hành gì nhiều, chỉ chuyên tâm trì tụng duy nhất một câu chú, nhưng nhờ đó đã có được rất nhiều sự ứng nghiệm nhiệm mầu. Ngày kia, có vị tăng đi ngang qua, nhận ra trong câu chú của bà trì tụng có vài âm đọc sai, ông liền chỉ ra và dạy bà sửa lại. Từ đó về sau, mỗi lần trì chú đến những chỗ được sửa lại thì bà lão lại cứ phân vân, lẫn lộn, không biết phải đọc như thế nào mới thật là đúng. Thế rồi, những sự linh nghiệm mà bà từng đạt được trước kia giờ không còn nữa.

---

[1] Bài này chính thức đăng lên Thư viện Hoa Sen vào ngày 10 tháng 11 năm 2014. Bản dịch Tâm kinh mới của thầy Nhất Hạnh được công bố ngày 22 tháng 8 năm 2014, tức là hơn 2 tháng trước đó.

Tâm kinh Bát-nhã trước hết là một bài chú đối với rất nhiều người. Trong số hàng triệu Phật tử trì tụng Tâm kinh trong thời khóa công phu mỗi ngày của mình, không phải ai cũng hiểu thấu suốt được ý nghĩa của từng câu chữ. Trong thực tế, số người trì tụng Tâm kinh mỗi ngày nhưng không hiểu ý nghĩa Tâm kinh còn có thể chiếm đại đa số, và tôi đã nghe rất nhiều người gọi đây là "chú Bát-nhã" thay cho tên gọi Tâm kinh. Ngài Cưu-ma-la-thập khi chuyển dịch Tâm kinh cũng đặt tiêu đề là Ma-ha Bát-nhã Ba-la-mật Đại Minh Chú Kinh [摩訶般若波羅蜜大明咒經].

Bài viết này sẽ đề cập đến 2 vấn đề: Thứ nhất, *có nên dịch lại Tâm kinh hay không*, và thứ hai, *Tâm kinh đã được dịch lại như thế nào*. Người viết sẽ giới hạn trong phạm vi nhận hiểu từ chính bài viết của thầy Nhất Hạnh trên trang Làng Mai và không dựa vào những ý kiến trái chiều hiện đang lưu hành ở nhiều nơi trên mạng Internet.

1. Có nên dịch lại Tâm kinh hay không?

Câu hỏi này đã được chính thầy Nhất Hạnh giải đáp trong phần *"Lý do tại sao phải dịch lại Tâm kinh"*. Ở đây, chúng ta chỉ cần đọc lại những lý do thầy đã nêu ra để xem đó có phải là những lý do thuyết phục hay không mà thôi. Thầy đã nêu rõ lý do rất ngắn gọn là:

"Sở dĩ Thầy phải dịch lại Tâm kinh, vì vị tổ sư biên tập Tâm kinh đã không đủ khéo léo trong khi sử dụng ngôn từ; do đó, đã gây ra nhiều hiểu lầm qua các thời đại."

Như vậy, theo thầy Nhất Hạnh thì lý do phải dịch lại là vì bản Tâm kinh hiện nay đã được dịch với sự *"không đủ khéo léo trong khi sử dụng ngôn từ"*, hay nói ngắn gọn và dễ hiểu hơn là *"diễn đạt vụng về"* và do sự *"diễn đạt vụng về"* đó nên *"đã gây ra nhiều hiểu lầm qua các thời đại"*.

Các Ý Kiến Xoay Quanh Việc Dịch Mới

Thật ra chưa từng có vị tổ sư nào biên tập Tâm kinh cả! Có đến 8 bản Hán dịch Tâm kinh từ Phạn ngữ, hiện còn giữ được 7, đã mất đi 1, và bản dịch mà hầu hết Phật tử ngày nay đang trì tụng là bản dịch của ngài Huyền Trang. Theo những câu chữ được trích dẫn thì có phần chắc chắn là thầy Nhất Hạnh đang đề cập đến bản dịch này. Nhưng trong các tạng kinh khác nhau qua nhiều thời đại như Vĩnh Lạc, Càn Long, Đại Chánh... đều khắc rõ tên ngài Huyền Trang là người dịch, không hề thấy nói đến việc biên tập.

Trong phần tiếp theo, thầy Nhất Hạnh đưa ra dẫn chứng về *"sự diễn đạt vụng về"* của ngài Huyền Trang cũng như việc *"đã gây ra nhiều hiểu lầm qua các thời đại"*. Luận chứng của thầy dựa trên một số điểm sau đây:

Thứ nhất, thầy kể lại câu chuyện về chú sa-di bị kéo mũi, qua đó thầy cho rằng chú sa-di đã *"bị kẹt vào những cái như không mắt, không tai, không mũi, không lưỡi..."*, và lý do là vì *"vị tổ sư biên tập Tâm kinh đã không thêm vào bốn chữ không có, không không ngay sau bốn chữ không sinh, không diệt"*.

Thật ra, vị thiền sư trong câu chuyện này đã nhận ra cách hiểu của chú sa-di về chữ "không" trong Tâm kinh là sai lệch, nên việc ngài kéo mũi chú thật đau là để chú phải nhận ra rằng Tâm kinh không hề phủ nhận sự hiện hữu của các pháp trong thế giới hiện tượng. Việc nhận hiểu sai lầm chữ "không" trong câu mở đầu của Tâm kinh sẽ dẫn đến việc hiểu sai các ý kinh tiếp theo, bởi *"tánh Không"* được đề cập trong kinh với *"sự trống không, không tồn tại"* là hoàn toàn khác nhau. Do chú sa-di đã hiểu sai nên cho rằng *"không có cái mũi"*, và vị thiền sư kéo mũi chú là để nhắc chú rằng *"cái mũi vẫn thật có đó"*.

Như vậy, sai lầm của chú sa-di làm sao có thể quy cho là do *"sự vụng về"* trong bản dịch Tâm kinh của ngài Huyền

Trang? Và việc trách ngài Huyền Trang *"đã không thêm vào bốn chữ không có, không không"* cũng không hợp lý, vì như đã nói, ngài là người dịch kinh chứ không phải biên tập. Người dịch chỉ có quyền chuyển dịch những gì có trong nguyên tác, việc tự ý thêm vào những gì không có trong nguyên tác sẽ là một việc làm sai trái, phản bội nguyên tác. Và khi nguyên tác là một bản kinh văn thì điều này lại càng tối kỵ.

Câu chuyện thứ hai cũng được đưa ra nhằm mục đích như trên, nhưng người khai thị là Tuệ Trung Thượng Sĩ, một vị thiền sư cư sĩ Việt Nam lỗi lạc vào đời Trần, và người được khai thị là một vị tăng. Trong câu chuyện này, Tuệ Trung Thượng Sĩ cũng nhận ra được việc vị tăng nhận hiểu sai lệch về nghĩa *"không"* trong Tâm kinh, nên ngài đã cảnh tỉnh bằng cách đưa ra một phát biểu ngược lại *"không chẳng phải sắc, sắc chẳng phải không"*. Tất nhiên, những trường hợp tùy căn cơ để phá chấp như vậy thì không thể dựa vào đó để cho rằng Thượng Sĩ *"đã động tới cái công thức "sắc tức thị không, không tức thị sắc" linh thiêng, bất khả xâm phạm của nền văn học Bát-nhã"*, càng không thể lấy cách nhìn của người ngoài cuộc để cho rằng Thượng Sĩ *"đã đi quá đà"* trong việc khai thị cho người trong cuộc. Chỗ này, thầy Nhất Hạnh đưa ra nhận xét:

"Thượng sĩ chưa thấy được rằng cái lỗi không nằm ở công thức 'sắc tức thị không' mà nằm ở chỗ vụng về nơi câu 'Thị cố không trung vô sắc'."

Thật khó để có thể biết được rằng Tuệ Trung Thượng Sĩ đã *"thấy được"* hay *"chưa thấy được"*, nhưng đối với *"chỗ vụng về nơi câu 'Thị cố không trung vô sắc'"* thì mỗi chúng ta có thể nhận biết được. Bản dịch của ngài Huyền Trang có thực sự "vụng về" hay không thì quãng thời gian 14 thế kỷ từ lúc nó ra đời đến nay, trải qua nhiều thế hệ độc giả nối tiếp nhau sử dụng, có lẽ cũng đã quá đủ để nhận ra. Hơn thế nữa, bản dịch này được chấp nhận bởi một tuyệt đại đa số người sử dụng, vượt trên 6 bản dịch khác, trong đó có cả bản dịch của ngài Cưu-ma-la-thập, một cao tăng Ấn Độ đã đến Trung Hoa và trở thành một đại dịch giả, đóng góp rất lớn cho sự nghiệp chuyển dịch Kinh điển. Điều đáng chú ý hơn nữa là bản dịch của ngài Cưu-ma-la-thập có nhiều chỗ khác với bản dịch của ngài Huyền Trang, nhưng riêng ở câu kinh *"bị chê"* là vụng về này thì cả hai bản đều giống hệt nhau: *Thị cố không trung vô sắc...* (是故空中無色). Hóa ra hai vị đều *"vụng về"* như nhau, và tất cả những dịch giả khác thì còn kém hơn cả mức độ *"vụng về"* này.

Để tiếp tục chứng minh cho việc *"đã gây ra nhiều hiểu lầm qua các thời đại"* của bản dịch Tâm kinh, thầy Nhất Hạnh viết:

"Cái mũi của sư chú còn đau tới bây giờ là vì sự vụng về này. Cho đến bài kệ kiến giải tương truyền là của tổ Huệ Năng cũng bị kẹt vào ý niệm vô đó: "bản lai vô nhất vật!"

Tôi lấy làm lạ vì không biết vô tình hay cố ý mà luận chứng này của thầy Nhất Hạnh đã mắc vào một lỗi cấu trúc hết sức tế nhị. Trong mệnh đề thứ nhất, thầy tiếp tục quy lỗi cho sự nhận hiểu sai lệch của chú sa-di là do *"sự vụng về"* của bản dịch Tâm kinh. Trong mệnh đề thứ hai, thầy chuyển qua phê phán *"...tổ Huệ Năng cũng bị kẹt vào ý niệm vô đó"*. Nhưng thay vì trình bày 2 vấn đề là tách biệt và hoàn toàn không liên quan đến nhau, thầy lại sử dụng một cụm từ liên kết *"cho đến... ... cũng... ...đó"* khiến người đọc không khỏi rơi vào sự liên tưởng nhầm lẫn rằng đây là hai trường hợp liên quan đến nhau, và do đó sẽ hiểu rằng ngài Huệ Năng *"kẹt vào ý niệm vô"* cũng là do *"sự vụng về đó của Tâm kinh"*. Sự liên kết này càng thêm rõ rệt khi thầy đưa ra hai câu thơ để kết ý đoạn này:

"Thật là:

Một áng mây qua che cửa động

Bao nhiêu chim chóc lạc đường về."

Theo mạch tư duy thông thường, cả đoạn văn trên dẫn người đọc đến một liên tưởng hết sức rõ ràng rằng trong số *"bao nhiêu chim chóc lạc đường về"* đó có sự hiện diện của chú sa-di bị kéo mũi, vị tăng tham vấn ngài Tuệ Trung và Lục tổ Huệ Năng.

Ngài Huệ Năng sinh cùng thời và nhỏ hơn ngài Huyền Trang khoảng 38 tuổi. Ngài đọc bài kệ *"bản lai vô nhất vật"* này sau 8 tháng đến chùa Đông Thiền xin học với Ngũ Tổ. Năm đó ngài chỉ vào khoảng 23 tuổi, lại xuất thân là một người đốn củi thất học, mù chữ nên không thể đọc qua bản dịch Tâm kinh của ngài Huyền Trang (lúc đó thậm chí còn có thể chưa được lưu hành). Nhưng ngay cả cho dù ngài Huệ Năng có học được Tâm kinh từ người khác, thì việc quy lỗi cho bản dịch Tâm kinh trong trường hợp này cũng hoàn toàn vô lý. Hơn thế nữa, chúng ta cần đặt lại vấn đề là ngài Huệ Năng có thật sự *"bị kẹt vào ý niệm vô"* hay chăng? Và nếu điều này là đúng, thì thật buồn thay vì chính Ngũ Tổ cũng là người *"có mắt không tròng"* khi đã vội vàng trao truyền mạng mạch Phật pháp cho một kẻ rơi vào *"chấp không"*. Bài kệ của ngài Huệ Năng xuất hiện trong bối cảnh sau khi đọc bài kệ của ngài Thần Tú và là căn cứ để Ngũ Tổ quyết định chọn ngài làm người được truyền y bát làm Tổ thứ sáu. Để bàn đến hai bài kệ này, cần cả một chương sách chứ không chỉ là vài dòng ngắn ngủi trong một bài viết.

Vấn đề niên đại dường như cũng cho chúng ta thấy một nhận xét chủ quan khác của thầy Nhất Hạnh về ngài Huyền Trang trong bài viết này. Thầy viết:

"Tâm kinh Bát-nhã ra đời muộn khi tín ngưỡng mật giáo

đã bắt đầu thịnh hành. *Vị tổ sư biên tập Tâm kinh đã muốn tín đồ Mật giáo đọc tụng Tâm kinh, nên trong đoạn cuối đã trình bày Tâm kinh như một linh chú."*

Lịch sử ghi nhận vị Tổ sư hình thành Mật giáo tại Trung Hoa là ngài Bất Không (Amoghavajra), cho dù trước đó có các vị Thiện Vô Úy và Kim Cang Trí truyền bá giáo pháp Mật tông, nhưng phải sau khi ngài Bất Không thỉnh về một số lượng lớn kinh điển và chuyển dịch sang Hán ngữ thì Mật tông mới bắt đầu phát triển mạnh. Ngài sinh năm 705 và mất năm 774, trong khi ngài Huyền Trang sinh năm 596 và mất năm 664. Khi ngài Huyền Trang dịch (chứ không phải biên tập) Tâm kinh thì ngài Bất Không chưa ra đời. Và ngài Huyền Trang cũng không *"trình bày Tâm kinh như một linh chú"*, bởi câu chú cuối cùng không dịch là nằm trong nguyên tắc *"ngũ chủng bất phiên"* của chính ngài đề ra, không liên quan gì đến việc *"muốn tín đồ Mật giáo đọc tụng Tâm kinh"* (vào một thời điểm chưa có Mật giáo!)

Và điều này dường như cũng rất có khả năng tạo ra một sự liên tưởng sai lầm cho người đọc. Bởi nếu như quả thật người *"biên tập"* Tâm kinh đã cố ý hướng đến *"các tín đồ Mật giáo"* thì việc dịch lại để có một bản dịch khách quan hơn sẽ là hết sức cần thiết.

Như vậy, những lý do mà thầy Nhất Hạnh đưa ra để *"phải dịch lại Tâm kinh"* là hoàn toàn chủ quan và không đủ thuyết phục. Thầy đã phê phán bản dịch Tâm kinh là *"vụng về"* nhưng không chứng minh được sự vụng về đó, cũng tương tự như thầy phê phán Tuệ Trung Thượng Sĩ là *"quá đà"* nhưng không đưa ra luận điểm nào để chứng minh sự *"quá đà"* đó, và phê phán Lục Tổ Huệ Năng là người *"kẹt vào ý niệm vô"* nhưng cũng không đưa ra được điều gì để chứng minh cho sự *"chấp không"* này.

Vậy có những lý do nào để không cần phải dịch lại Tâm kinh hay không? Thứ nhất, sự tồn tại và chọn lọc qua thời gian hơn 14 thế kỷ đã quá đủ để nói lên giá trị của bản dịch Tâm kinh. Thứ hai, như đã nói từ đầu, Tâm kinh đối với rất nhiều người vốn là một bài chú, vì nó được trì tụng với niềm tin nhiều hơn sự phân tích, quán chiếu. Tuy rằng những người này không thực sự nhận được hết những lợi ích nhiệm mầu vô hạn của Tâm kinh là giải thoát rốt ráo, nhưng họ vẫn có được những lợi ích nhất định từ sự ươm mầm trí tuệ qua từng câu chữ của Tâm kinh.

Bản thân tôi là một ví dụ. Thuở nhỏ, tôi đã thuộc lòng Tâm kinh qua những lần theo mẹ lên chùa tụng kinh buổi tối, nhưng thực sự không hiểu được chữ nào trong đó cả. Lớn lên, tôi mới bắt đầu tìm hiểu ý nghĩa Tâm kinh, và những ý niệm như *"sắc tức thị không, không tức thị sắc"* vẫn ăn sâu trong tiềm thức, thỉnh thoảng lại lóe sáng để soi chiếu vào những luận giải mà tôi học được trong đời sống. Hai mươi năm, rồi ba mươi, bốn mươi, năm mươi năm qua... mỗi ngày tôi càng hiểu được nhiều hơn và sâu sắc hơn về ý nghĩa của những câu kinh, dù tự biết mình vẫn chưa hiểu được là bao, nhưng đã thực sự nhận được vô vàn lợi ích từ chỗ hiểu hạn hẹp đó.

Từ sự trải nghiệm này của bản thân, tôi tin rằng việc dịch lại Tâm kinh chưa thấy được lợi ích gì, nhưng ảnh hưởng đến những *"lão bà"* đã từ lâu trì tụng Tâm kinh là điều có thể xảy ra. Đặc biệt, điều này có thể tác động khá mạnh đến lớp người trẻ tuổi, giàu tri thức nhưng chưa vững niềm tin. Qua sự việc *"dịch lại Tâm kinh"* với nhiều phê phán này, rất có thể nhiều người trong số họ rồi sẽ tiếp cận Tâm kinh theo cách *"soi mói"* hơn là *"soi chiếu"*.

2. Tâm kinh đã được dịch lại như thế nào?

Câu trả lời cũng đã nằm trong bài viết của thầy Nhất Hạnh. Sau khi nêu ra những *"vụng về"* và *"sai lầm"* như đã nói ở phần trên, thầy viết:

"Cũng vì vậy mà trong bản dịch mới này, Thầy đã đổi luôn cách dùng chữ trong nguyên văn tiếng Phạn và bản dịch chữ Hán của thầy Huyền Trang."

Như vậy, chúng ta có thể hiểu là không phải thầy *"dịch lại Tâm kinh"*, mà thầy đã *"viết lại một bản Tâm kinh mới"*, bởi vì thầy *"đã đổi luôn cách dùng chữ trong nguyên văn tiếng Phạn"*.

Nếu thầy muốn thay đổi cách diễn đạt để *"khéo léo hơn"* và tránh đi *"sự vụng về"* như trong bản dịch của ngài Huyền Trang, thì điều đó hoàn toàn là quyền của thầy, tuy rằng việc chấp nhận bản dịch ấy hay không lại là quyền của người đọc. Nhưng nếu thầy *"đã đổi luôn cách dùng chữ trong nguyên văn tiếng Phạn"* thì không thể gọi đó là một *"bản dịch"* được nữa, vì đó là một sự lệch lạc và cố ý gây hiểu lầm cho người đọc. Chẳng hạn, tôi không thể dịch lại *"Romeo and Juliet"* của William Shakespeare và *"đổi luôn cách dùng chữ trong nguyên văn tiếng Anh"* rồi gọi đó là một bản dịch mới được.

Dựa vào những gì thầy đã viết, nếu muốn diễn đạt một cách thật rõ ràng để không gây hiểu lầm cho người đọc thì nên viết lại là: *"Bản Tâm kinh trong Kinh tạng rất vụng về và gây nhiều hiểu lầm tai hại qua nhiều thời đại, nên thầy đã viết lại một bản Tâm kinh mới."*

Trong trường hợp đó, người đọc đã được thông tin một cách đầy đủ và trung thực về bản *"kinh mới"* này, và họ có toàn quyền lựa chọn đặt niềm tin nơi thầy Nhất Hạnh hay nơi ngài Huyền Trang, người đã chuyển dịch bản Tâm kinh *"cũ"*.

Tuy nhiên, cho dù sự biện giải rõ ràng buộc chúng ta phải hiểu như thế, nhưng khi đăng tải thầy Nhất Hạnh vẫn gọi nó là một *"bản dịch Tâm kinh mới"*. Vì thế, chúng ta hãy thử xem qua đôi dòng trong *"bản dịch mới"* này để xem Tâm kinh đã được *"dịch lại"* như thế nào.

Câu đầu tiên của *"bản dịch mới"* này như sau:

"Bồ-tát Avalokiteśvara, trong khi quán chiếu sâu sắc với tuệ giác qua bờ, bỗng khám phá ra rằng tất cả năm uẩn đều trống rỗng, tất cả đều là cái không. Giác ngộ điều ấy xong, bồ-tát vượt qua được mọi khổ đau ách nạn."

Có chút gì đó dường như không nhất quán với phong cách của thầy Nhất Hạnh mà tôi từng được biết qua cách dùng *"chư Bụt"* cũng được thấy ngay trong bài viết này. Là người giỏi chữ Hán, chắc thầy thừa biết một kết hợp "Hán-Nôm" như thế là một sự phá cách. Dù vậy, thầy vẫn dùng, có lẽ vì muốn Việt hóa cho gần gũi hơn với đa số người Việt, và tôi cũng hoan nghênh tinh thần này, cho dù bản thân tôi đã "lỡ quen" với cách dùng *"Chư Phật"* nên không thể đổi lại.

Nhưng từ danh xưng *"Quán Tự Tại Bồ Tát"* hay *"Bồ Tát Quán Tự Tại"* mà ngay lập tức chuyển sang *"Bồ-tát Avalokiteśvara"* thì e rằng thầy đã làm khó cho rất nhiều người học Phật theo kiểu *"lão bà"* như tôi. Và tại sao đang trên đà Việt hóa các danh xưng, thầy lại bỗng dưng quay hẳn sang Phạn hóa?

Vì chưa đủ vốn tiếng Phạn để đọc trực tiếp Phạn bản Tâm kinh, nên tôi đành phải dựa vào các bản Hán ngữ để so sánh với *"bản dịch mới"* của thầy Nhất Hạnh ở đây. Bản dịch Hán văn của ngài Huyền Trang viết:

"Quán Tự Tại Bồ Tát hành thâm Bát-nhã ba-la-mật-đa thời, chiếu kiến ngũ uẩn giai không, độ nhất thiết khổ

ách." (觀自在菩薩行深般若波羅蜜多時，照見五蘊皆空，度一切苦厄。)

Hòa thượng Thích Trí Thủ dịch sang tiếng Việt là:

"Bồ tát Quán tự tại khi hành Bát nhã ba la mật đa sâu xa soi thấy năm uẩn đều không, vượt qua mọi khổ ách."

Câu kinh gãy gọn như một lời tuyên bố chứng ngộ, bao gồm pháp môn tu tập *(hành thâm Bát-nhã ba-la-mật-đa)* và kết quả tu tập *(độ nhất thiết khổ ách).*

Nổi bật lên trong *"bản dịch mới"* khi đưa ra so sánh là các liên từ được thêm vào *"trong khi... bỗng..."* khiến người đọc có cảm giác đây là một sự kiện bất ngờ đã xảy ra vì một lý do nào đó, thay vì là mối quan hệ tất yếu giữa *"hành thâm Bát-nhã ba-la-mật-đa"*, *"chiếu kiến"* và *"độ nhất thiết khổ ách"*. Chính điều này làm cho câu kinh không còn mang tính dứt khoát, rõ ràng nữa, mà trở thành một sự kiện dàn trải, mang tính tuần tự. Điều này càng bộc lộ rõ hơn khi mệnh đề cuối được tách ra thành một câu riêng biệt và viết lại là: *"Giác ngộ điều ấy xong, bồ-tát vượt qua được mọi khổ đau ách nạn."*

Như vậy, cảm nhận đầu tiên của tôi khi đọc câu đầu tiên của *"bản dịch mới"* là đã mất hẳn đi tính chất gãy gọn và chính xác. Nói cách khác, ý tưởng không có gì mới nhưng cách diễn đạt với những *"thêm thắt"* đã làm cho câu kinh trở nên quá rườm. Chỉ riêng 4 chữ *"ngũ uẩn giai không"* đã được dịch thành *"tất cả năm uẩn đều trống rỗng, tất cả đều là cái không"*. Trong khi đó, Hòa thượng Trí Thủ dịch là *"năm uẩn đều không"* đâu có gì sai, đâu có gì thiếu?

Bài viết này sẽ rất dài dòng nếu phải xem xét đến từng chi tiết trong *"bản dịch mới"*, và điều đó cũng không giúp đưa ra một nhận định khác hơn. Vì thế, tôi sẽ đề cập đến một câu duy nhất nữa thôi, chính là câu có thể xem là *"cốt lõi"* của *"bản dịch mới"*, bởi thầy Nhất Hạnh cho rằng ngài Huyền Trang đã *"vụng về"* khi không *"thêm vào bốn chữ"* như vừa nói trên. Vì vậy, chúng ta cần xem lại câu kinh khi đã *"thêm vào bốn chữ"* và dịch lại theo ý thầy sẽ như thế nào:

"Này Śāriputra, tất cả mọi hiện tượng đều mang theo tướng không, không hiện tượng nào thực sự có sinh, có diệt, có có, có không, có dơ, có sạch, có thêm và có bớt."

Nguyên văn bản dịch chữ Hán của ngài Huyền Trang là:

"Xá-lợi tử! Thị chư pháp không tướng bất sanh bất diệt, bất cấu bất tịnh bất tăng bất giảm." (舍利子！是諸法空相，不生不滅，不垢不淨，不增不減。)

Hòa thượng Trí Thủ dịch như sau:

"Xá Lợi Tử! Tướng không các pháp đây, chẳng sanh chẳng diệt, chẳng dơ chẳng sạch, chẳng thêm chẳng bớt."

Khi so sánh với *"bản dịch mới"*, chúng ta có thể nhận ra ít nhất là 3 điểm khác biệt:

Thứ nhất, *"chư pháp không tướng"* (tướng không của các pháp), thầy Trí Thủ dịch là *"tướng không các pháp"*, trong *"bản dịch mới"* được diễn dịch là *"tất cả mọi hiện tượng đều mang theo tướng không"*.

Vì hiện tượng *"mang theo"* tướng không, nên người đọc đương nhiên phải hiểu rằng *"tướng không"* và *"hiện tượng"* là hai thực thể riêng biệt, khác nhau. Tôi *"mang theo"* cái túi xách thì tất nhiên tôi không phải cái túi xách, cái túi xách không phải là tôi, tôi và túi xách là hai thực thể khác biệt nhau...

Nhưng thực tế không phải vậy. Kinh văn không nói như thế, mà nhiều bản luận giải về tánh Không cũng không nói như thế. Ở đây, *"tướng không của các pháp"* không phải một đối tượng nằm ngoài các pháp để có thể *"mang theo"*, mà đó là thực tướng vốn có của các pháp, sẽ hiển lộ dưới sự quán chiếu của vị Bồ Tát *"hành thâm Bát-nhã ba-la-mật-đa"*. Vì thế, điểm thêm vào này chỉ có "lạ" mà không có "lợi". Nó làm cho người đọc hiểu sai ý nghĩa Kinh văn.

Thứ hai, cấu trúc diễn đạt đã thay đổi. Trong bản Hán văn liên tục lặp lại các chữ *"bất"* trong một câu kinh rất ngắn, tạo ra cảm giác phủ nhận hoàn toàn, dồn dập và mạnh mẽ. Hòa thượng Trí Thủ đã trung thành với thủ pháp này của nguyên bản nên lặp lại những chữ "chẳng" ở cùng vị trí.

"Bản dịch mới" không dùng cấu trúc này, mà thay vì vậy chỉ đặt một chữ *"không"* duy nhất ở trước để làm nhiệm vụ phủ nhận tất cả các yếu tố theo sau. Cấu trúc phủ định này tuy vẫn có thể hiểu được nhưng đã đánh mất đi tính chất mạnh mẽ và triệt để, dứt khoát vốn có trong nguyên bản. Hơn thế nữa, sáu yếu tố được nêu thành ba cặp (sinh-diệt, dơ-sạch, thêm-bớt...) trong nguyên bản hoàn toàn không có nghĩa là *"chỉ có chừng đó"*. Chúng được nêu lên thành chuỗi liên tục để chuyển tải một hàm ý rộng hơn là *phủ nhận tất cả các cặp giá trị phạm trù đối đãi khác nữa* trong nhận thức của các giác quan. Vì thế, chúng ta hoàn toàn có thể nối dài các cặp giá trị phạm trù đối đãi này ra đến vô tận trong thế giới hiện tượng này, chẳng hạn như *cao-thấp, trắng-đen, dài-ngắn, tốt-xấu, yêu-ghét...* và đây chính là chỗ cần nêu thêm ở điểm thứ ba.

Thứ ba, *"bản dịch mới"* quả thật đã thêm vào *"bốn chữ"* như đã nói ở đoạn trước. Tuy nhiên, trong phần nói về *Lý do phải dịch lại Tâm kinh"* thì thầy đề nghị *"thêm vào bốn chữ không có, không không ngay sau bốn chữ không sinh, không diệt"*, nhưng khi bắt tay vào *"bản dịch"* thì thầy đã đổi ý, nên với cấu trúc mới này thì thầy đã thêm vào những chữ *"có có, có không"* và sử dụng chữ *"không"* đặt trước chúng để *"phủ định từ xa"* như đã nói ở điểm trên. Điều đặc biệt cần lưu ý ở đây là thầy đã thêm vào chữ *"và"* trong cấu trúc liệt kê này, nên câu kinh trở thành *"... ... có thêm và có bớt"*.

Chữ *"và"* được thêm vào đã giết chết hàm ý kéo dài của câu kinh như tôi vừa nói ở điểm trên. Vì không thể liệt kê tất cả các phạm trù giá trị đối đãi, nên kinh văn chỉ nêu ra ba cặp (sinh-diệt, dơ-sạch, thêm-bớt...), nhưng xưa nay người đọc Tâm kinh ai ai cũng hiểu được. Chúng ta không thể quán chiếu ý nghĩa *"không dơ không sạch"* rồi lại chấp nhận cho là bền chắc, thường hằng đối với các cặp giá trị khác như *dài-ngắn, tốt-xấu, vinh-nhục*... chỉ vì Tâm kinh đã không liệt kê chúng vào. Trong ý nghĩa đó, việc thêm vào *"bốn chữ"* như thầy Nhất Hạnh đã làm là không cần thiết, vì *"bốn chữ"* đó cũng không đủ lấp đầy cái hàm ý còn kéo dài vô tận của Kinh văn. Ngược lại, việc thầy thêm chữ *"và"* vào cuối cấu trúc liệt kê đã tạo ra ý nghĩa *"khóa chặt"* câu kinh lại, vì nó hàm ý rằng *"kể ra như vậy đến đây là hết rồi"*.

Thay lời kết

Đến đây, tôi tin là độc giả đã có đủ căn cứ để tự trả lời cho hai câu hỏi được nêu ra: *"Có nên dịch lại Tâm kinh không?"* và *"Tâm kinh đã được dịch lại như thế nào?"* Điều băn khoăn của tôi khi viết đến đây là cho dù hết sức cố gắng nhưng tôi đã không thể nào trình bày những vấn đề trên một cách ngắn gọn hơn nữa. Vì thế, mong rằng quý độc giả có thể lượng thứ cho về những ý tưởng rườm rà nào đó mà quả thật tôi đã không đủ sức nhận ra để cắt bỏ.

Những thay đổi của Thích Nhất Hạnh khi dịch lại Tâm Kinh[1]

Jayarava Attwood
(Nguyễn Minh Tiến Việt dịch)

Kể từ sau khi đọc bài viết của Jan Nattier vào năm 1992, tôi đã viết gần 30 bài tiểu luận về Tâm kinh và đã cố gắng để tóm lược tất cả. Khi khảo sát lại Tâm kinh sau hơn hai mươi năm nghiên cứu các thủ bản Sanskrit và các bản dịch trong Hán tạng, tôi rất hiếm khi muốn viết về các bản dịch hay chú giải Tâm kinh bằng Anh ngữ hiện nay. Các bản dịch Anh ngữ hầu như rất tệ và chú giải thì tất cả đều là những gì tác giả muốn gán ghép cho Kinh điển chứ không phải về nội dung của chính bản kinh đó. Tuy nhiên, bài tiểu luận này là viết về một bản dịch Anh ngữ hiện đại mà trong một chừng mực nào đó cũng là một bản chú giải.

Năm 2014, Thích Nhất Hạnh, một thiền sư được nhiều người biết đến, đã đưa ra một bản dịch Tâm kinh mới. Quý vị có thể xem đối chiếu bản dịch mới này với bản đúng chuẩn hơn trước kia tại đây.[2] Khi người như ông ta thực hiện một việc thế này thì vẫn thường dẫn đến sự hoan nghênh và một làn sóng xu nịnh ngợi ca quá đáng (điều này cũng xảy ra trong hoạt động Phật giáo của chính tôi). Trang web riêng của Thích Nhất Hạnh nói đến bản dịch này như là "sâu sắc

---

[1] Bài viết này bằng Anh ngữ được đăng trên website của chính tác giả vào ngày 4 tháng 3 năm 2016 (http://jayarava.blogspot.co.uk). Nguyên tác Anh ngữ sẽ được trình bày ngay sau bản dịch. Những phân tích và phê phán của tác giả chủ yếu dựa trên bản dịch tiếng Anh của thầy Nhất Hạnh.

[2] https://bodhileaf.wordpress.com/2014/09/16/prajnaparamita-heart-sutra-thay/

và rất tuyệt". Điều này thực sự không đúng. Chỉ những đệ tử nào của ông bị thiếu tầm nhìn mới nói như thế. Đối với một người khách quan thì bản dịch mới thật dài dòng và kỳ quặc. Trong chừng mực nào đó, điều này không có gì đáng ngạc nhiên, vì Tâm kinh là một tập hợp gắn kết các thuật ngữ Phật học, không dễ chuyển dịch. Độc giả có thể xem thêm ở phần phân tích nội dung Tâm kinh của David Chapman.

Rất nhiều bản dịch mới [của Tâm kinh] được thúc đẩy từ sự kiêu mạn hoặc ý muốn xác lập uy tín của mình như một "thiền sư". Những bản dịch này không giúp ích gì thêm cho hiểu biết của chúng ta về Tâm kinh và cũng không đóng góp gì cho lĩnh vực văn học. Chúng thường là một kiểu "Anh ngữ hỗn chủng Phật giáo" tệ hại nhất. Chẳng hạn, nhiều dịch giả, bao gồm cả Thích Nhất Hạnh, đã cố hàm ý Tâm kinh là thể văn vần, bằng cách trình bày nó như một bài thơ. Tâm kinh không thuộc thể văn vần. Nó không phải một bài thơ. Tâm kinh là thể văn xuôi. Trên thực tế chỉ có một văn bản trong văn hệ Bát-nhã (Prajñāpāramitā) thuộc thể văn vần và chỉ là phụ họa trong văn hệ này, đó là Ratnaguṇasaṃcayagāthā (thậm chí đến thế kỷ 10 vẫn chưa được Hán dịch).

Trong trường hợp này, bản dịch [của Thích Nhất Hạnh] được thúc đẩy bởi một điều gì đó nghiêm túc hơn [những lý do nêu trên]. Thông báo chính thức của Thích Nhất Hạnh cho biết:

"Sở dĩ Thầy phải dịch lại Tâm kinh, vì vị tổ sư biên tập Tâm kinh đã không đủ khéo léo trong khi sử dụng ngôn từ; do đó, đã gây ra nhiều hiểu lầm gần 2.000 năm."

Dĩ nhiên là không hề có chuyện Tâm kinh 2.000 năm tuổi, chỉ có thể vào khoảng 1300 năm. Rõ ràng Thích Nhất Hạnh hoặc là không biết đến, hoặc là chối bỏ thuyết nguồn gốc Trung quốc của Jan Nattier, còn tôi thì ngược lại cho rằng thuyết này được xây dựng hết sức thuyết phục, không thể nghi ngờ. Phần quan trọng nhất của học thuyết hiện đại về Tâm Kinh chưa đến được với Làng Mai. Ý kiến cho rằng một "tổ sư" nào đó ghi lại Tâm kinh "đã không đủ khéo léo" rõ ràng chỉ là hư cấu và [theo đó] ta có thể nói về một bản Tâm kinh hoàn hảo nhưng đã bị ghi chép không hoàn hảo. Nhưng tôi muốn chuyển sang điểm chính. Vấn đề theo Thích Nhất Hạnh là có sự mâu thuẫn trong Tâm kinh. Chỉ đến gần đây tôi mới tự mình xác định được mâu thuẫn này và xét từ phản ứng [thông thường] của hàng giáo phẩm cao cấp trong Phật giáo đối với bất kỳ ý kiến nào về sự khiếm khuyết trong Kinh điển, tôi rất ngạc nhiên và tò mò khi thấy Thích Nhất Hạnh thừa nhận khiếm khuyết này dù là thông qua một người phát ngôn. Vậy thì bất ổn [trong Tâm kinh] là gì?

"Cái lỗi không nằm ở công thức 'sắc tức thị không' mà nằm ở chỗ vụng về nơi câu 'Thị cố không trung vô sắc'."

Bất ổn ở đây là hai câu phát biểu mâu thuẫn nhau theo cách không thể nào bỏ qua như là một kiểu nghịch lý của trí tuệ ẩn mật. Nếu ta vừa nói rằng "không tức thị sắc" rồi ngay sau đó lại nói rằng "không trung vô sắc" thì đó không phải là nghịch lý, mà là hoàn toàn mâu thuẫn. Như Thích Nhất Hạnh nói:

"Câu kinh này có thể dẫn đến nhiều hiểu lầm tai hại."

Như vậy, phát hiện này được xem là của Thích Nhất Hạnh. Ông ấy đã phát hiện sai lầm trong Tâm kinh và đã công bố. Thông thường thì người Phật tử phản đối mạnh mẽ, không chấp nhận những điều như thế. Chúng ta thực sự nên dừng lại một chút để suy ngẫm điều đó trước khi xem xét những gì mà Thích Nhất Hạnh đã làm sau phát hiện này.

Trong khi việc phát hiện và thừa nhận sai lầm trong Kinh điển của Thích Nhất Hạnh là cầu tiến, thì cách giải quyết của ông đối với việc này lại là một kết cục đầy thất vọng. Ông mô tả bất ổn như là một sự ghi chép bản kinh "không đủ khéo léo" bởi một "tổ sư" nào đó trước đây, và để giải quyết ông đã thay đổi kinh văn sao cho bất ổn đó hoàn toàn mất đi. Thích Nhất Hạnh tỏ ra tin rằng ông ta có đủ tuệ giác sâu sắc về ý nghĩa [bản kinh] muốn nói và khả năng hiệu đính từ ngữ để truyền đạt ý nghĩa đó.

Và giờ thì Thích Nhất Hạnh muốn trích dẫn văn bản Sanskrit vì ông vẫn tin rằng đây là phiên bản ban đầu, xác thực nhất của bản kinh. Như tôi đã nói, ông có vẻ như phủ nhận thuyết nguồn gốc Trung quốc. Nhưng rồi tôi sẽ chỉ ra rằng thực tế ông ta đã dịch từ bản Hán văn và việc trích dẫn tiếng Sanskrit chỉ để tăng thêm tính trang trọng cho phát biểu của ông ta mà thôi. (So sánh với các bình luận của Nattier về những bản kinh Đại thừa (Mahāyāna texts) đã trở nên phổ biến trong giới WEIRD). Điều này có vẻ hơi thiếu trung thực, nhưng lại dường như là tiến trình chuẩn mực trong các bản dịch của giới Thiền gia.

Giống như các nhà chú giải khác, Thích Nhất Hạnh cho rằng câu rūpam śūnyatā śūnyataiva rūpam là tâm điểm của Tâm kinh. Ông dịch câu này là (tôi giữ nguyên định dạng của ông):

"Này Śāriputra,
Hình hài này là không,
Không là hình hài này;
Hình hài chẳng khác không,
Không chẳng khác hình hài."

Có hai vấn đề cần nói về điều này. Đầu tiên, Thích Nhất Hạnh đã đảo ngược thứ tự của những cặp phát biểu này trong văn bản T.251 của Trung quốc (phiên bản được biết đến nhiều nhất trong các văn bản Trung quốc, của ngài Huyền

Tráng). Xem xét các điểm khác trong bản dịch của ông ta, thì rõ ràng là dịch từ bản Trung quốc, nhưng ở đây, ông ta đã sử dụng thứ tự dựa theo bản Sanskrit của Tâm kinh. Thứ tự trong T251 phản ánh thứ tự xuất phát từ văn bản T250 của Cưu-ma-la-thập (Kumārajīva) dịch từ bản Sanskrit Pañcaviṃśatisāhasrikā-prajñāpāramitā-sūtra, từ đó phản ánh thứ tự các câu kinh trong phiên bản Sanskrit của văn bản đó mà ngày nay các thủ bản vẫn còn tồn tại. Vì vậy, trên thực tế T251 là phiên bản xác thực hơn của đoạn văn này và bản Sanskrit của Tâm kinh là một trong những phần lẻ bên ngoài. Không nhất thiết là xác thực hơn khi lựa chọn đọc từ bản Sanskrit, đặc biệt là khi người ta dịch từ bản Trung quốc.

Điều thứ hai cần nói, đó là việc dịch từ rūpa thành "body-hình hài", trong ngữ cảnh năm uẩn - skandha thì đó là một sự kỳ quặc. Rūpa (sắc) thường được hiểu là "hình thái" như một đặc điểm của các loại đối tượng mà năng lực các giác quan có thể xúc chạm để tạo ra kinh nghiệm. Chính Tâm kinh tự nó đã biểu thị điều đó khi nó xếp vị trí của "hình thái" bên cạnh âm thanh, hương thơm, vị nếm, xúc chạm và các đối tượng tâm lý (dharmas). Và "hình thái" là từ ban đầu được Thích Nhất Hạnh sử dụng. Tôi không rõ tại sao bây giờ ông ta lại dịch nó là "hình hài". Sue Hamilton gợi ý rằng từ rūpa đề cập đến "trụ xứ của kinh nghiệm", tuy nhiên ý nghĩa này phức tạp hơn so với chỉ là "hình hài". Thích Nhất Hạnh có vẻ như chệch hướng một cách bất thường với lựa chọn này vì những lý do hoàn toàn không rõ.

Đối với hầu hết mọi người, bao gồm cả Thích Nhất Hạnh, công thức "sắc tức thị không, không tức thị sắc" là tâm điểm của Tâm kinh. Và công trình của Thích Nhất Hạnh là biến chế lại Tâm kinh sao cho phần này nổi bật lên. Do đó, ông đã thay đổi từ ngữ trong phần có mâu thuẫn của Tâm kinh, từ:

*"Cho nên trong Tánh Không
Không có sắc, thọ, tưởng
Cũng không có hành, thức".*

(Sách nhật tụng Làng mai, 2000)

Chuyển sang:

*"Chính vì vậy mà trong cái không,
năm uẩn là hình hài, cảm thọ, tri giác,
tâm hành và nhận thức
đều không có mặt như những thực tại riêng biệt".*

Bản Sanskrit chép là Tasmāc chāriputra śūnyatāyām na rūpam... nghĩa là *"Vì vậy, Śāriputra, trong Tánh Không không có hình thái, v.v.."* hoặc *"đối với Tánh Không không có hình thái".*

. Từ Sanskrit của "Tánh Không" (śūnyatā) sử dụng vị trí cách, số nhiều (śūnyatāyām) và có thể được hiểu là "trong Tánh Không" hoặc "đối với Tánh Không". Cả hai cách hiểu này đều nói lên rằng không có mối quan hệ nào giữa "sắc" và "không", trong khi câu kinh trước đó lại nói rằng "sắc" và "không" là như nhau. Một sự mâu thuẫn hoàn toàn. Thích Nhất Hạnh giải quyết mâu thuẫn bằng cách thay đổi kinh văn để đoạn kinh này trở thành "các skandha 'không có mặt như những thực tại riêng biệt'". Theo quan điểm Đại thừa thì câu kinh sửa lại này tuy hoàn toàn không phải là sai trái nhưng cũng không phải là những gì mà Tâm kinh muốn nói. Vì vậy, *"bản dịch"* của Thích Nhất Hạnh là những gì do ông biến chế ra để giải quyết một bất ổn hiển nhiên (một sự lý giải theo đuôi vấn đề).

Với tôi, điều hết sức thú vị là Thích Nhất Hạnh tự thấy ông ta có thể thay đổi Kinh văn để giải quyết điểm mâu thuẫn này. Đây rõ ràng là chi tiết thú vị nhất trong tất cả những

Các Ý Kiến Xoay Quanh Việc Dịch Mới

điều thú vị về Tâm kinh ở thời hiện đại mà tôi được biết, và có lẽ là điều duy nhất đáng chọn làm chủ đề để viết. Hiển nhiên là một khi Kinh điển không có ý nghĩa thì chúng ta có thể đơn giản là sửa đổi lại (!). Hầu hết các nhà chú giải thậm chí không nhận ra được sự mâu thuẫn [trong Tâm kinh], nên họ hoàn toàn không quan tâm đến. Tuy nhiên, cho dù đã chỉ ra được chỗ bất ổn, Thích Nhất Hạnh không hoàn tất được hứa hẹn của mình vì ông ta ngay lập tức phớt lờ đi bất ổn đó. Nhưng ít nhất thì ông ta cũng thừa nhận rằng có sự bất ổn.

Phương thức của riêng tôi đối với vấn đề này đã được viết trên blog và một lúc nào đó tôi hy vọng sẽ cho xuất bản trên một tạp chí. (Xem Form is Emptiness. Parts I, II, and III). Tôi đã sử dụng một phương pháp do Jan Nattier và Nobuyoshi Yamabe phát triển, đó là lần dò ngược lại từ các trích dẫn đến các văn bản gốc của Tâm kinh, tức là các bản kinh Prajñāpāramitā. Khi làm như vậy, tôi phát hiện ra rằng có một ai đó trong thời xa xưa đã thay đổi văn bản Pañcaviṃśāsāhastikā tức Nhị vạn ngũ thiên tụng. Trong bản Aṣṭasāhasrikā tức Bát thiên tụng, có dòng này:

na hi anyā sā māyā anyat tad rūpam | rūpam eva māyā | māyaiva rūpam |

(Huyễn ảo và hình thái không phải hai điều khác biệt. Hình thái là huyễn ảo. Huyễn ảo là hình thái.)

Đây là một viện dẫn liên hệ đến lối so sánh cổ xưa của Phật giáo, đó là hình thái giống như huyễn ảo. So sánh này trở thành một phép ẩn dụ: hình thái là huyễn ảo. Và phép ẩn dụ này đã được cụ thể hóa thành: hình thái là một huyễn ảo. Vấn đề là người biên tập khi dùng chữ śūnyatā để thay thế cho chữ māyā đã tạo ra một lỗi ngữ pháp thô thiển. Dạng thức của câu này trong Tâm kinh hoàn toàn không có nghĩa: đó là một lỗi ngữ pháp tồi tệ và đã phá vỡ một phép ẩn dụ hoàn hảo. Còn có những ví dụ khác về việc biên tập lầm lẫn trong Tâm kinh mà tôi đã trình bày chi tiết trong phần III của bài tiểu luận "Form is Emptiness". Vì vậy, lập luận của tôi là, nếu có bất ổn trong Tâm kinh thì chính là nằm ở phần này. Trong thực tế, câu: "sắc tức thị không, không tức thị sắc" là vô nghĩa.

Điều này không xóa bỏ đi thực tế là câu kinh này đã biểu trưng cho một điều gì đó quan trọng đối với Phật tử qua nhiều thế kỷ. Nhiều Phật tử đã và đang cảm thấy rằng những gì họ cố gắng thực hiện [trong tu tập] là bất khả tư nghị (nghĩa đen là vượt ngoài tầm nhận thức của tâm thức phàm phu). Và khi Phật giáo Đại thừa ngày càng trở nên bí ẩn, u huyền, thâm diệu hơn, câu kinh này giúp các nhà Đại Thừa vận dụng nghịch lý như là một sự biểu hiện của mục đích bất khả tư nghị này. Và công thức ["sắc tức thị không, không tức thị sắc"] hàm chứa nghịch lý này đã tạo điều kiện phát triển cho các nhà chú giải thuộc tất cả các trường phái, những người tuyên bố là hiểu được câu kinh này và có thể giải thích cho tất cả chúng ta. Tuy nhiên, điều tất yếu hiển nhiên là ta phải có đủ trí tuệ để hiểu được. Giờ đây tôi không còn thấy câu kinh lý giải này là hữu ích hoặc có ý nghĩa gì cả.

Ngược lại với Thích Nhất Hạnh, tôi cho rằng mệnh đề thứ hai với từ śūnyatāyām (Tánh không) là để một tham chiếu đến śūnyatāvihāra (Không định) hoặc śūnyatāsamādhi (Không tam-muội), nghĩa là "một trạng thái không" (trong thiền định), được mô tả trong kinh điển Pāli (Trung Bộ, MN:121, 122) như là một trạng thái không có kinh nghiệm nào sinh khởi. Các skandha (uẩn) là những tiến trình mà theo đó kinh nghiệm được sinh khởi. Trong trạng thái không, các tiến trình này dường như bị ngăn dứt. Do đó, trong Tánh không, theo đúng nghĩa là không có rūpa (sắc), không có vedanā (thọ), không có saṃjñā (tưởng), không có saṃskāra (hành), và không có vijñāna (thức). Không có nghịch lý ở đây. Chỉ đơn giản là một mô tả về trạng thái thiền định. Và lưu ý rằng nếu từ rūpa có nghĩa là "hình hài" thì cách giải thích truyền thống sẽ đưa ra hàm ý rằng hình hài không tồn tại trong śūnyatāvihāra (Không định). Tất nhiên, từ góc độ của người đang hành thiền thì hình hài của họ quả thật là tan biến đi. Nhưng đó không phải là một thực tế khách quan. Người hành thiền trong Tánh Không không có cách nào để vượt ra ngoài kinh nghiệm để trở thành khách quan, bởi vì "bên ngoài" và "bên trong" không còn ý nghĩa gì nữa trong samādhi (tam-muội).

Vì vậy, giải pháp của tôi cho vấn đề này rất khác so với giải pháp của Thích Nhất Hạnh. Tôi cho rằng câu "sắc tức thị không" là một sự vô nghĩa tạo ra bởi một người nhiệt tâm thiếu suy xét, đã làm phá vỡ một cấu trúc ẩn dụ hoàn hảo mà hiện vẫn có thể được tìm thấy nguyên vẹn trong Aṣṭasāhasrikā (Bát thiên tụng). Và tôi cho rằng câu "không trung vô sắc" là một sự mô tả về những gì diễn ra trong trạng thái (thiền định) tánh Không. Đây là điều trái với thông lệ, vì hầu hết các nhà chú giải thấy rất ít liên hệ giữa chữ Pāḷi suññatā, thường có nghĩa là "absence-vắng mặt", như khi vắng mặt kinh nghiệm, với chữ Sanskrit "śūnyatā" vốn mang nghĩa là một phẩm chất được gán cho các pháp, ví dụ như: sarvadharmāḥ śūnyatālakṣaṇa "Tất cả pháp đều có đặc điểm là Tánh Không", mặc dù nó cũng có thể chỉ đến sự vắng mặt của tự tính hay svabhāva. Tôi ngờ rằng lòng sùng kính sẽ giữ vai trò chính trong việc quyết định yếu tố nào là quan trọng nhất đối với vấn đề này, và điều này sẽ xác định giải pháp nào là hợp lý hơn.

Vì đang xem xét bản dịch này, tôi muốn đưa ra thêm một vài nhận xét về nó. Tôi sẽ tập trung đặc biệt vào đoạn văn đầu tiên. Đây là một phần của nguyên bản mà tôi hiểu rõ nhất và cũng là chủ đề của bài viết về Tâm kinh tôi đã xuất bản (Attwood 2015). Các bất ổn rõ ràng trong đoạn văn ngắn ngủi này sẽ làm sáng tỏ nhận định bao quát hơn của tôi về giá trị của bản dịch này, về mặt giáo lý cũng như về mặt văn chương. Đây là những gì mà Thích Nhất Hạnh đã sáng chế ra cho một bản dịch:

"Avalokita

Khi quán chiếu sâu sắc

Với tuệ giác qua bờ,

Bỗng khám phá ra rằng:

Năm uẩn đều trống rỗng.

Giác ngộ được điều đó,

Bồ-tát vượt ra được

Mọi khổ đau ách nạn."

Ở đây có rất nhiều điểm hết sức tệ hại về đoạn này. Giống như các "bản dịch" thiền ngẫu hứng gần đây, phương pháp được dùng ở đây có vẻ như là dùng các cụm từ dài để diễn tả ý nghĩa của từng chữ và làm kéo dài văn bản, do đó khiến cho nó trở thành khá dài dòng. Điều này biến kinh văn thành một bản chú giải. Cách trình bày hàm ý theo thể thơ tự do (nghĩa là các câu ngắn mà không có vần điệu hoặc tiết nhịp), tuy nhiên, như tôi đã nói, Tâm kinh không phải là một bài thơ. Đó là một đoạn văn ngắn được tách ra từ một tác phẩm dài hơn bằng văn xuôi.

Tâm kinh hoàn toàn không thể lãnh hội được đối với những người không thông thạo về ngữ cảnh. Ngay cả một số người sùng mộ nó cũng không làm được gì nhiều hơn là chìm đắm trong nhận thức rối rắm của họ đối với bản văn này.

Không có bản dịch nào trung thành với văn bản gốc mà lại có thể là dễ hiểu.

Trong Tâm kinh hầu hết là thuật ngữ. Việc kéo dài bản kinh ra với những cụm từ giải thích mà tự thân chúng cũng là những thuật ngữ sẽ không cải thiện được gì và thường làm cho nó càng trở nên dài dòng hơn (hoặc ngụy tạo nó thành một bài thơ hay bất kỳ điều gì khác).

Tôi cho rằng bản dịch này [của Thích Nhất Hạnh] chủ yếu dựa vào bản chữ Hán. Làm sao tôi biết được? Vì không có chứng tích Sanskrit trong Tâm kinh dạng thủ bản hoặc khắc bản, cũng như bất kỳ văn bản Prajñāpāramitā nào của tiếng Sanskrit, tương đương với cụm từ 度 一切苦厄 -độ nhất thiết khổ ách "overcame all suffering-vượt qua tất cả khổ đau". Nó được ngắt thành: 度 -độ "vượt qua" (đôi khi được dùng để dịch pāramitā); 一切 -nhất thiết "tất cả", 苦厄 -khổ đau "duḥkhatā" hoặc trạng thái khổ não. Việc đưa thêm cụm từ trên vào cho chúng ta biết rằng Thích Nhất Hạnh đã dịch từ bản chữ Hán. Một dấu hiệu khác cho thấy điều này có thể được tìm thấy trong phần cuối bản dịch của ông ta, trong cụm từ "most illuminating mantra- Là linh chú sáng nhất". Đó là dịch từ những chữ 大 明咒 - đại minh chú. Trong bản Sanskirt có từ vidyā-mantra không thể phiên dịch theo cách đó. Tôi có viết trên blog về lý do những cụm từ tương đương với các chữ này trong văn bản Prajñāpāramitā tiếng Sanskrit đều có chữ vidyā, được (ngài Cưu-ma-la-thập) dịch là 明咒 minh chú (Xem Roots of the Heart Sutra 15 Aug 2014). Về sau, khi Phật tử bắt đầu ưa chuộng sử dụng các thần chú (mantra) thì việc nhận hiểu hai từ [vidyā-mantra] là "shining mantra - thần chú rực sáng" có vẻ như tự nhiên hơn. Đây là bằng chứng khác ủng hộ thuyết nguồn gốc Trung quốc - sự khác biệt này rất khó để giải thích theo bất cứ cách nào khác.

Cụm từ "the Insight that Brings Us to the Other Shore- Sự quán chiếu sâu sắc đưa chúng ta qua đến bờ bên kia" với cách viết hoa kỳ quặc là được Thích Nhất Hạnh dịch từ 般

若 波羅蜜 多 Bát-nhã Ba-la-mật-đa trong bản Hán ngữ hoặc Prajñāpāramitā trong bản Sanskrit. Có nhiều điểm chúng ta có thể phê phán Conze, nhưng trong trường hợp này, [ông dùng] "perfection of wisdom-sự toàn hảo của trí tuệ" là rất thích đáng, có ưu thế được sử dụng và nhận hiểu rộng rãi. Từ Prajñā không có nghĩa là "insight-quán chiếu sâu sắc". Trong hầu hết các cộng đồng Phật giáo sử dụng tiếng Anh thì từ "insight- quán chiếu sâu sắc" thường được dùng để dịch từ vipaśyanā. Prajñā do đó là kết quả của sự quán chiếu sâu sắc ('insight). Lựa chọn một cách dịch đặc thù của riêng mình khi đã có một cách dịch khác được chấp nhận và sử dụng rộng rãi thường là lựa chọn không tốt cho một dịch giả vì nó gây khó khăn cho người đọc. Một cụm từ kỳ quặc như "quán chiếu sâu sắc đưa chúng ta qua đến bờ bên kia" chỉ làm cho bản văn trở nên tồi tệ hơn, bởi vì bấy giờ người đọc buộc phải phân tích cụm từ kỳ quặc này và dừng lại để cân nhắc xem nó có thể mang ý nghĩa gì. Hẳn nhiên là cuối cùng thì chúng ta cũng không thể dịch ngược nó lại thành một cụm từ quen thuộc. Vì như tôi đã nói, Tâm kinh không phải là một văn bản có thể làm cho trở nên dễ hiểu với những người không chuyên môn bằng cách sử dụng những giải thích dài dòng để thay thế cho các thuật ngữ. Hoặc là ta phải dành ra nhiều năm học hỏi để hiểu được các thuật ngữ, hoặc là cứ tiếp tục không hiểu. Trong trường hợp không hiểu được, người ta rất thường dựa vào lối tư duy huyền hoặc, là đặc điểm của bối cảnh ban đầu xuất phát Tâm kinh và là cách phản ứng hiện đại đối với một văn bản rối rắm.

Phần đầu tiên của bản Hán ngữ là: 觀自在 菩薩 行深 般若 波羅蜜 多時- Quán Tự Tại Bồ-tát hành thâm Bát-nhã Ba-la-mật-đa thời. Chúng ta ngắt chúng ra để đọc: 觀自在 [Quán Tự Tại] Avalokiteśvara 菩薩 [bồ-tát] bodhisatva 行 [hành] thực hành 深 [thâm] sâu thẳm 般若 波羅蜜 多 [bát-nhã ba-la-mật đa] prajñāpāramitā. Tố từ '時 thời' nằm ở cuối gợi ý rằng đây là một hành động đang diễn ra không gián đoạn và chúng tôi thường dịch nó là "while-trong khi" hoặc "when-khi đang". Thích Nhất Hạnh hiểu từ '深 thâm' như là một trạng từ của '行' hành, do đó nó có nghĩa là "thực hành (một cách) sâu xa" [theo chính tả của người Mỹ] nhưng trái lại hầu hết các dịch giả đều hiểu '深 thâm' như một tính từ phẩm định của prajñāpāramitā. Nghĩa là, chính prajñāpāramitā đó vốn là sâu thẳm (gambhīra) chứ không phải chỉ cho sự thực hành. Thông thường trong Hán cổ, chúng ta quen thuộc với việc trạng từ được đặt ngay trước động từ mà nó bổ nghĩa (các sách ngữ pháp của tôi nói vậy). Trong trường hợp này, từ 深 thâm' xuất hiện ngay sau từ 行 hành. Vì vậy, hiểu nó như một trạng từ của 行 hành thì thật đáng ngờ. Trong bản Sanskrit là: gambhīrāṃ prajñāpāramitācaryāṃ caramāṇo. Ở đây, gambhīra rõ ràng là một tính từ, nhưng quả thật có vẻ như nó được áp dụng cho carya "thực hành", nghĩa là sự thực hành sâu sắc của trí tuệ toàn hảo. Trong thực tế, trong bản Hán ngữ nó cũng có vẻ như một tính từ, nhưng là tính từ của 般若 波羅蜜 多 Bát-nhã ba-la-mật-đa hay prajñāpāramitā. Cũng như trong ngữ pháp tiếng Anh, trạng từ cũng thường đi trước động từ mà nó bổ nghĩa, do đó "practising deeply" lẽ ra phải viết là "deeply practising", nhưng điều này phụ thuộc vào sự quan sát rằng ở đây "deep" không có khả năng là một trạng từ.

Thích Nhất Hạnh đã diễn dịch rằng Avalokiteśvara không phải "thực hành prajñāpāramitā sâu thẳm", mà là ngài "thực hành sâu xa prajñāpāramitā". Vì vậy, ông biện luận rằng bản thân prajñāpāramitā không phải là một sự thực hành, mà là một trạng thái, và rằng Avalokiteśvara đạt được trạng thái đó. Bản Sanskrit nói ngược lại điều này với cụm từ prajñāpāramitācaryāṃ "sự thực hành trí tuệ toàn hảo". Bản dịch của Thích Nhất Hạnh tỏ ra không chính xác. Theo Thích Nhất Hạnh thì Bồ Tát Avalokiteśvara "đang thực hành với prajñāpāramitā". Thật kỳ lạ, ngay sau đó Thích Nhất Hạnh thêm vào một trạng từ "suddenly-bỗng" không có trong bất kỳ phiên bản nào của Hán ngữ hoặc tiếng Sanskrit cả. Avalokiteśvara "suddenly discovered that that all of the five Skandhas are equally empty - bỗng khám phá ra rằng tất cả năm uẩn đều trống rỗng, tất cả đều là cái không" Nhưng Avalokiteśvara là một vị Bồ-tát được tác thành hoàn hảo "với Bát-nhã Ba-la-mật-đa", và vì thế khá lão luyện với Tánh Không của các skandha. Đó không phải là điều mà một vị Bồ-tát như Avalokiteśvara lại "bỗng khám phá ra", vì cùng với việc chứng quả Bồ Tát với prajñāpāramitā là vị ấy vốn đã biết rõ điều đó rồi. Thế nên, điều này hẳn sẽ là một sai lầm nghiêm trọng trong việc nhận hiểu những gì đang diễn ra. Avalokiteśvara là một vị Bồ Tát, hoặc ngài [là người] "bỗng khám phá ra rằng tất cả năm uẩn đều trống rỗng, tất cả đều là cái không", nhưng không thể là cả hai. Trong cả Hán ngữ cũng như Sanskrit đều không cho phép động từ [ở đây] là "khám phá". Bản Hán ngữ có từ '照見 chiếu kiến' mà tôi sẽ thảo luận trong đoạn tiếp theo; bản Sanskrit có từ paśyati sma "vị ấy đã thấy".

Trạng từ "bỗng" này xuất hiện không có căn cứ. Bản Hán ngữ có cụm từ 照見 chiếu kiến, khá là bất thường. Cho phép tôi trích dẫn đoạn thảo luận của chính tôi từ bài báo JOCBS (Attwood 2015: 119): "照見 chiếu kiến, một thuật ngữ khó hiểu, có lẽ là tương đương với vyavalokayati sma, nhưng có quan hệ chặt chẽ với paśyati sma, tức là cả quan sát và nhìn thấy. Từ 照 chiếu cũng có nghĩa là "suy ngẫm", "rọi sáng", hoặc là "đối chiếu", trong khi 見 kiến chỉ có nghĩa là "nhìn thấy", và tự nó thường tương ứng trực tiếp với paśyati. Cả hai từ này có thể được hiểu như một cụm động từ phức hợp "illuminate and see-chiếu sáng và nhìn thấy", hoặc 照 chiếu có thể là trạng từ, mang ý nghĩa đại loại như "thấy rõ ràng, phân biệt rõ". Trong Yu (2000), một số nhà chuyên môn về văn học Trung quốc với nhiều kiến thức về Phật học đã tiếp cận Tâm kinh (Hṛdaya) như một tác phẩm văn học và đã không đồng thuận về cách hiểu cụm từ này. Stephen F. Teiser (Yu 2000: 113) dịch 照見 chiếu kiến là "illuminating vision" (照 chiếu là trạng từ), trong khi Stephen H West (116) chọn cách dịch "shining upon and making manifest" ('照見 chiếu kiến' như là một cụm động từ). Michael A. Fuller không dịch nhưng bày tỏ sự ngờ vực: "Tôi đối mặt với một ẩn dụ khi lẽ ra vấn đề đã đơn giản hơn nếu không có nó: Tại sao là zhao [照 chiếu]? Kiến giải ở đây là gì? Trí tuệ có phát ra ánh sáng không? Nghĩa là, liệu có phải một trí tuệ như thế là cách dùng sinh động của một tâm thức đi sâu vào các hiện tượng của thế giới, hay chỉ đơn giản là lãnh hội?"

Như vậy, trong trường hợp này vị trí của từ '照 chiếu' nằm ngay trước từ '見 kiến' cho phép hiểu nó như một trạng từ. Vấn đề là từ '照 chiếu' không có nghĩa là "bỗng" và từ '見 kiến' không có nghĩa là "khám phá". Vì thế xin nhắc lại, Thích Nhất Hạnh không chỉ đơn thuần là chuyển dịch Tâm kinh, ông đã thay đổi nó.

Tiếp theo, Thích Nhất Hạnh dịch '五蘊 皆 空 ngũ uẩn giai không' thành: "all of the five Skandhas are equally empty- tất cả năm uẩn đều trống rỗng như nhau". Đây là một bất ổn khác nữa. Thật ra, '皆 giai' là một trạng từ có nghĩa là "tất cả, toàn thể, mỗi, mọi..." và cụm từ [Hán ngữ] này có nghĩa là "năm uẩn đều trống rỗng", hoặc ít gặp hơn là "tất cả năm uẩn đều trống rỗng". Vì vậy, chúng ta rất có thể sẽ hiểu '皆 giai' là một trạng từ, nhưng nó không phải là trạng từ mà Thích Nhất Hạnh cần có. Thật vô nghĩa khi thêm "equally- như nhau" vào cụm từ "all the five skandhas are empty". Tánh Không không có vấn đề mức độ. Nếu cái gì đó trống rỗng thì nó là trống rỗng. Với sự hiện hữu dù là nhỏ nhất, có nghĩa là không trống rỗng.

Cuối cùng, Thích Nhất Hạnh dịch '度 一切 苦厄 độ nhất thiết khổ ách' là "He overcame all ill-being - Vị ấy vượt qua được mọi khổ đau ách nạn". Tôi rất ngạc nhiên khi biết được "ill-being" là một từ ngữ. Nó là một từ ngữ đặc Mỹ (có trong Merriam-Webster Dictionary, nhưng không có trong Oxford). Tôi cho rằng chúng ta không thể phàn nàn về từ ngữ đặc Mỹ khi mà số đông môn đồ của ông là người Mỹ. Nhưng với tôi đây là một cách diễn đạt thô thiển. Quan điểm thẩm mỹ nằm trong mắt người xem, nhưng hầu hết các phần còn lại của đoạn văn này đã được dịch rất tệ hại đến nỗi ít nhất cũng đáng để chỉ ra rằng một từ ngữ khó hiểu như "ill-being" cũng gây khó khăn cho người đọc không khác gì một thuật ngữ Phật học. Nó cũng khiến cho người đọc phải dừng lại để suy ngẫm tìm hiểu.

Có quá nhiều bất ổn trong chỉ một đoạn văn ngắn như vậy. Hầu như mọi cụm từ đều bị bóp méo theo cách nào đó. Những gì Thích Nhất Hạnh đã làm ở đây không phải là một bản dịch, mà là diễn giải lại kinh văn. Là người quen thuộc với các văn bản Tâm kinh bằng tiếng Sanskrit và Hán cổ, ý kiến của tôi là Thích Nhất Hạnh đã không làm được bất cứ điều gì để giúp văn bản trở nên rõ ràng hơn, và trong nhiều trường hợp ông ta đã làm cho mơ hồ hơn, hoặc vì những chỗ dịch không chính xác, hoặc vì những thêm thắt suy diễn vô ích, hay chỉ vì ngữ pháp tiếng Anh kém cỏi. Thành công của Thích Nhất Hạnh có thể là đã làm rõ được những gì ông nghĩ là Tâm kinh muốn nói. Như vậy cũng là hợp lý, chỉ có điều ông ấy đã hiểu sai ý nghĩa Tâm kinh.

Tôi có thể tiếp tục phê bình các phần còn lại của bản dịch, nhưng tôi nghĩ rằng điểm chính đã được làm rõ và tôi không muốn nhọc sức thêm. Không có gì sâu sắc hay tốt đẹp trong bản dịch này. Thật tồi tệ ở nhiều mức độ.

Kết luận

Trong khi chẳng có mấy giá trị văn chương và bất chấp việc làm cho văn bản [của Tâm kinh] khó hiểu hơn, bản dịch mới của Thích Nhất Hạnh vẫn rất thú vị với sự liều lĩnh của dịch giả khi thay đổi kinh văn nhằm ứng phó với bất ổn về ngữ nghĩa, [nhất là] trong một thế giới mà hầu hết các bản dịch mới đều là những công trình vô bổ chỉ kéo dài bản văn mà không đóng góp thêm được gì. Một số thay đổi của Thích Nhất Hạnh hầu như vô giá trị, chẳng hạn như kéo dài thêm văn bản với những trạng từ thừa thãi, hoặc biến một từ thành một cụm từ diễn tả dài dòng để truyền đạt quan điểm của tác giả, nhưng khi giải quyết vấn đề hai câu kinh mâu thuẫn, Thích Nhất Hạnh đã có nỗ lực đóng góp đáng kể hơn. Không chỉ vậy, ông ta còn phải cân nhắc giá trị của hai câu kinh mâu thuẫn để chọn lấy một. Vì Tâm kinh là sản phẩm của nhiều thế hệ [trước đây đã từng] can thiệp như thế vào các bản văn, nên điều thú vị là được thấy tiến trình này vẫn tiếp tục trong hiện tại.

Các nhà chú giải thường diễn giải Tâm kinh với một định kiến thiên lệch rất lớn. Với mỗi, hoặc gần như là mọi dịch giả, Tâm kinh là biểu tượng của một điển hình thu nhỏ từ thế giới quan hiện tại của họ, dù đó là Duy thức (Yogācārin), Trung quán (Mādhyamika), Tāthāgatagarbhikā hay Mật tông (Tantric). Tầm quan trọng của Tâm kinh trong lãnh vực này là vì nó là một bản kinh, do đó chứng thực và chính thống hóa quan điểm của nhà chú giải, bất kể quan điểm đó là gì. Tất cả Phật tử đều làm điều này, nhưng trong trường hợp của hầu hết các nhà chú giải hiện đại, họ đều ngần ngại trong việc chỉnh sửa kinh văn để phù hợp với quan điểm này. Chúng ta biết rằng Tâm kinh đã bị chỉnh sửa trong quá khứ. Tôi đã từng đưa ra các liên kết với những ví dụ cho điều này. Nhưng hãy lưu ý rằng không chỉ là mỗi thủ bản Sanskrit đều khác biệt so với tất cả những bản khác (mặc dù đôi khi điều này chỉ là do người ghi chép thủ bản hời hợp nên lầm lẫn), mà cả ba phiên bản của Tâm kinh lược bản trong Hán tạng cũng khác nhau theo nhiều cách đáng kể (xem thêm Variations in the Heart Sutra in Chinese).

Bản dịch mới của Thích Nhất Hạnh còn thú vị ở chỗ nó minh họa cho tiến trình mà Phật tử thường áp dụng khi tìm ra một sự lầm lẫn trong các bản kinh của họ. Vấn đề được Thích Nhất Hạnh nhận biết là có thật. Đó không phải là vấn đề phân tích hay chú giải, mà là có một sự mâu thuẫn hoàn toàn và rõ rệt trong Tâm kinh mà từ lâu không ai nhận thấy, nhưng Thích Nhất Hạnh đã nhận thấy. Tôi cũng nhận thấy, nhưng ông ta hơn tôi vì đã công bố trước vài năm, do đó phát hiện này thuộc về ông ta. Phương thức của tôi đối với sai lầm này là nêu rõ và nhấn mạnh nó. Tôi muốn áp lực phát sinh để tạo ra một sự thay đổi quan điểm về các văn bản trong Phật giáo và điều này đòi hỏi phải duy trì áp lực hơn là tìm kiếm một giải pháp.

Theo như thực tế đã diễn ra thì sai lệch trong Tâm kinh dường như là kết quả của một chuyển đổi lịch sử trong sự nhấn mạnh của Đại thừa, dẫn đến sự thêm thắt một cách thô thiển vào các bản kinh văn đương thời, vào khoảng những thế kỷ đầu của kỷ nguyên Tây lịch (sớm nhất là vào năm 179, khi Lokakṣema dịch Pañcaviṃsati). Như vậy, mâu thuẫn này cũng quan trọng như là một dấu mốc cho thấy sự thay đổi các giáo nghĩa trong Phật giáo và thái độ quan điểm. Một lần nữa, chỉ thông qua việc thừa nhận sai lầm này và cho phép nó tồn tại mà những hiểu biết về lịch sử các tư tưởng Phật giáo mới được chú ý đến.

Thích Nhất Hạnh thừa nhận sai lệch này [trong Tâm kinh] và sau đó "khắc phục" nó bằng cách biến chế ra một "bản dịch" không có bất ổn. Ông ta không chỉ chuyển dịch văn bản như một người quan sát khách quan, mà chủ động sửa đổi kinh văn để đảm bảo một nội dung phù hợp với quan điểm của ông về Phật giáo. Ông ta không hoàn toàn che giấu được lịch sử [sửa đổi] Tâm kinh, bởi vì trong một văn bản khác ông đã thừa nhận vấn đề này. Nhưng qua việc đơn thuần sửa đổi kinh văn, ông đã loại bỏ đi áp lực có thể thúc đẩy một sự thay đổi quan điểm. Ông đang duy trì tình trạng hiện tại. Nhưng đây đúng là những gì chúng ta chờ đợi ở các nhân vật độc đoán có quyền thế hoặc ngay cả với những dịch giả có khuynh hướng kỳ quái ngược đời.

Có một phương thức chính thống hóa khác được Thích Nhất Hạnh sử dụng mà chúng ta cũng rất thường thấy ở các nhà chú giải Tâm kinh khác trong giới Thiền tông phương Tây, đó là sự viện dẫn tiếng Sanskrit để tạo ra độ tin cậy cho một bản dịch từ Hán ngữ. Điều này chỉ có thể được thực hiện trong điều kiện chối bỏ hoặc thiếu hiểu biết về thuyết nguồn gốc Trung quốc của Jan Nattier, và được hỗ trợ thêm bởi tình trạng mù chữ Sanskrit phổ biến trong giới Phật tử ngày nay. Phải thừa nhận rằng tiếng Sanskrit là một ngôn ngữ khó học, nhưng việc thiếu kiến thức về nó cũng có nghĩa là các nhà chú giải [Tâm kinh] có thể đưa ra các phát biểu về bản kinh tiếng Sanskrit mà hầu hết người nghe sẽ chẳng bao giờ đặt nghi vấn và cũng không có đủ khả năng để thẩm tra. Theo kinh nghiệm của tôi, các nhà chú giải như Red Pine và Kaz Tanahashi là những người nói rằng họ dịch từ tiếng Sanskrit nhưng thực ra là những người rất kém cỏi về tiếng Sanskrit và phụ thuộc rất nhiều vào một ngôn ngữ thứ ba không được nêu tên (có thể là tiếng Nhật) và kinh văn Hán ngữ. Thích Nhất Hạnh cố tạo ra hàm ý rằng ông ta đã sử dụng văn bản Sanskrit, nhưng rõ ràng ông ta đã dịch từ bản Hán ngữ T251.

Tôi luôn nhấn mạnh vào bất kỳ bất ổn nào về mặt văn

bản; cũng giống như thế, tôi muốn nhấn mạnh vào những phương thức giải quyết bất ổn này. Theo tôi, một nét đặc trưng của Đại thừa là, bất chấp việc các bản văn đã được đưa vào Kinh tạng họ vẫn mở rộng khả năng sửa đổi. Có chứng cứ khá rõ ràng trong Hán tạng cho thấy việc sửa đổi kinh văn đã xảy ra rất nhiều ở Ấn Độ. Ngược lại, tôi chưa biết đến điển hình tương tự nào trong lĩnh vực nghiên cứu [Kinh văn] Pāli. Vì thế, đây là một tri kiến lý thú trong phạm trù chế tác và truyền bá Kinh văn Phật giáo. Việc chủ động hiệu đính, chỉnh sửa các bất ổn được nhận ra trong Kinh văn đã từng được thực hiện [trong quá khứ] và [vẫn còn] cho đến hiện tại. Dù vậy, dĩ nhiên là Thích Nhất Hạnh đã không chỉnh sửa được văn bản trong Kinh tạng, bản gốc Kinh văn vẫn còn nguyên vẹn. Nhưng tiến trình chuyển dịch bản kinh [sang ngôn ngữ khác] đã tạo ra một cơ hội để chỉnh sửa mà sự truyền bá [Kinh văn] với một ngôn ngữ duy nhất không có được.

Phân tích cuối cùng là, bản dịch mới của Thích Nhất Hạnh không phải bản dịch hay, dù là trên phương diện trình bày Kinh văn hay phương diện văn chương. "Bản dịch mới" này trong thực tế là một bản viết chồng: một văn bản mới được viết chồng lên một văn bản cũ [sau khi xóa nó đi]. Cũng không hẳn là một bản chú giải, vì văn bản mới này phản ánh những lời dạy của tác giả chứ không phải lời dạy của chư Phật Tổ.

Tâm kinh là một bản văn ngắn tách ra khỏi một ngữ cảnh [rộng hơn], bị sai lệch đi bởi những người sao chép, biên tập, và rồi phát triển vượt xa năng lực ban đầu [để trở thành] như một thần chú nhiệm mầu giúp bảo vệ [người đọc] khỏi ma quỷ và tai họa. Nội dung của nó vẫn tiếp tục gây khó hiểu [cho người đọc], nhưng chính sự khó hiểu này lại là biểu trưng của một điều gì đó thiết yếu đối với nhiều Phật tử: sự khó hiểu của họ đối với thế giới này, đối với Phật giáo, và với phương thức mà Phật giáo nhận hiểu (hoặc không nhận hiểu) về thế giới.

Thich Nhat Hanh's Changes to The Heart Sutra

I've written close to thirty essays on the Heart Sutra since I read Jan Nattier's 1992 article and attempted to précis it. In rediscovering this text I've known for more than twenty years through studying the manuscripts and Chinese canonical versions, I have very seldom been tempted to write about modern English translations or commentaries. The translations are mostly awful and the commentaries all about what the exegete wants the sutra to say, not about the sutra itself. This essay is, however, about a modern translation that is also to some extent a commentary.

In 2014 the popular Zen priest, Thích Nhất Hạnh (TNH), produced a new translation of the Heart Sutra. You can see it alongside the previous, more standard translation, here. Whenever someone like him does something like this, the result is usually greeted with a wave of sycophantic over-praising (the same happens in my own Buddhist movement). TNH's own website refers to the translation as "profound and beautiful". This is really not true. Only a disciple of the man, suffering from lack of perspective, would say this. To an outsider the new translation looks turgid and peculiar. In some ways this is no surprise, because the Heart Sutra is tightly packed Buddhist jargon that doesn't translate easily. See also David Chapman's content analysis of the Heart Sutra.

A lot of new translations are motivated by vanity or a desire to establish one's credentials as a "Zen master". They add nothing to our knowledge of the text and make no contribution to the field of literature either. They are usually the worst kind of Buddhist Hybrid English. For example, many translators, TNH included, try to imply that the Heart Sutra is in verse by laying it out like a poem. The Heart Sutra is not in verse. It's not a poem. The Heart Sutra is prose. In fact there is only one Prajñāpāramitā text in verse and that is the bridesmaid of the genre, Ratnaguṇasaṃcayagāthā (not even translated into Chinese until the 10th century).

In this case the translation is motivated by something more serious. TNH's office tells us that:

"The reason [TNH] must retranslate the Heart Sutra is because the patriarch who originally recorded the Heart Sutra was not sufficiently skilful enough with his use of language. For this reason, it has caused much misunderstanding for almost 2,000 years."

Of course the Heart Sutra is nowhere near 2000 years old, it is perhaps 1300 years old. Obviously TNH is either unfamiliar with, or rejects, Jan Nattier's Chinese origins thesis, which by contrast I take to be established beyond reasonable doubt. The single most important piece of modern scholarship on the Heart Sutra has yet to penetrate Plum Village. The idea that a "patriarch" recorded it badly is certainly novel and we could dwell on this idea of a perfect sutra, imperfectly recorded, but I want to move on to the main point. The problem according to TNH is that there is a contradiction in the Heart Sutra. I independently identified this contradiction only recently and given the Buddhist establishment's reaction to any suggestion of imperfection in their scriptures I was both surprised and intrigued to find

TNH fessing up albeit via a spokesperson. So what is the problem?

> "...the mistake doesn't rest in the formula, 'form is emptiness' rather, it resides in the unskillfulness of the line, 'Therefore in emptiness there is no form.'"

The trouble is that the two statements are contradictory in a way that cannot be swept under the carpet as some kind of paradoxical crypto-wisdom. If one is saying that "emptiness is form" in one breath and in the next saying "in emptiness there is no form", then that is not paradoxical, it is simply contradictory. As TNH says: "This line of the sutra can lead to many damaging misunderstandings."

So all credit to TNH. He's found a(nother) mistake in the Heart Sutra and gone public about it. Buddhists are typically strongly averse to admitting such things. We really ought to pause and allow this to sink in before considering what TNH did in response to this discovery.

While it is radical of TNH to admit finding a mistake in a Buddhist text, his response is an anticlimax. He characterises the problem as an imperfect recording of the text by some ancient "patriarch", and in response changes the wording of the text so that the problem simply disappears. TNH appears to believe he has insight into the intended meaning and the ability to correct the wording to convey this.

Now, TNH likes to cite the Sanskrit text, because he still believes that this is the original, most authentic version of the text. As I say he appears to reject the Chinese origins thesis. But as I will show he is in fact translating from Chinese and only citing Sanskrit in order to add gravitas to his words. (Compare Nattier's comments on which Mahāyāna texts have become popular in the WEIRD world). It seems a bit disingenuous, but appears to be standard procedure in the world of Zen translations.

Like other commentators, TNH sees the line: rūpam śūnyatā śūnyataiva rūpam as the heart of the Heart Sutra. He translates this as (I preserve his formatting)

> *Listen Sariputra, this Body itself is Emptiness*
> *and Emptiness itself is this Body.*
> *This Body is not other than Emptiness*
> *and Emptiness is not other than this Body.*

There are two things to say about this. Firstly TNH has inverted the order of these pairs of statements from the Chinese text of T251 (the best known version of the Chinese text, attributed to Xuanzang). Judging by other features of his translation TNH is apparently translating from the Chinese, but here he has used the order found in the Sanskrit Heart Sutra. The order in T251 reflects the order in the source text T250, Kumārajīva's translation of the Pañcaviṃśatisāhasrikā-prajñāpāramitā-sūtra, which in turn reflects the word order in the Sanskrit version of that text in surviving manuscripts. So in fact T251 is the more authentic version of this passage and the Sanskrit Heart Sutra is the odd one out. It is not necessarily more authentic to adopt the reading from the Sanskrit, especially when one is translating from Chinese.

The second thing to say is that translating rūpa as "body" in the context of the five skandhas is peculiar. It is normally taken to mean "form" as a representative of the kinds of objects with which the sense faculties can collide to produce experience. The Heart Sutra itself spells this out when it places form alongside sounds, smells, tastes, tangibles and mental objects (dharmas). And "form" is what was originally used by TNH. It's not clear why he now translates this as "body". Sue Hamilton does suggest that rūpa refers to the "locus of experience", but this is a bit more complex than just "body". TNH seems to depart from the mainstream in this choice for reasons that are far from clear.

This formula "form is emptiness, emptiness only form" is, for most people including TNH, the central idea in the Heart Sutra. And TNH's project is to rehabilitate the sutra so that this part of it stands. And thus he changes the wording of the conflicting part of the sutra, from

Therefore, in emptiness there is neither form, nor feeling, nor perceptions, nor mental formations, nor consciousness. (Plum Village Chanting Book, 2000)

to

That is why in Emptiness,

Body, Feelings, Perceptions,

Mental Formations and Consciousness

are not separate self entities.

What the Sanskrit text says is Tasmāc chāriputra śūnyatāyām na rūpam... i.e. "Therefore, Śāriputra, in emptiness there is no form, etc" or "with respect to emptiness there is no form". The Sanskrit word for "emptiness" (śūnyatā) is in the locative plural case (śūnyatāyām) and can be read either as "in emptiness" or "with respect to emptiness". In either case it is saying that there is no relationship between form and emptiness, whereas the earlier line states that the two are identical. A flat contradiction. TNH gets around this by changing the text so that it now says that the skandhas are not separate entities. This is by no means bad doctrine from a Mahāyānist point of view, but it is also not what the text says. So TNH's "translation" is something that he has made up to solve an apparent problem (a post hoc rationalisation).

I find it fascinating that TNH feels he is able to change the text to resolve this conflict. It is by far the most interesting detail across the whole the modern fascination with this text that I know of, and perhaps the only one worth writing about. Apparently, when sutras don't make sense, we can simply change them! Most commentators fail to even notice the contradiction, so they are not interesting at all. However, having stepped into the light, TNH fails to live up to his promise because he immediately sweeps the problem under the carpet. But at least he has acknowledged that there was a problem.

My own approach to this problem has been blogged about and at some point I hope to get it published in a journal. (See Form is Emptiness. Parts I, II, and III). I employed a method developed by Jan Nattier and Nobuyoshi Yamabe, which was to track the quotation back into the source texts of the Heart Sutra, i.e. the Prajñāpāramitā texts. And in doing so I discovered that someone in ancient times had tampered with the text of the Pañcaviṃśatisāhastikā or 25,000 text. In the Aṣṭasāhasrikā or 8000 text, the line is:

na hi anyā sā māyā anyat tad rūpam | rūpam eva māyā | māyaiva rūpam |

Illusion is not one thing and form another. Form is only illusion. Illusion is only form.

This is a reference to an old Buddhist simile, that form is like an illusion. The simile becomes a metaphor: form is illusion. And the metaphor is reified to form is an illusion. The problem is that the editor who substituted śūnyatā for māyā made a grammatical blunder. The form of this statement in the Heart Sutra simply doesn't make sense: it's bad grammar and it has broken a perfectly good metaphor.

There are other examples of poor editing in the Heart Sutra that I detail in Part III of my essay Form is Emptiness. So my argument is that, if there is a problem in the Heart Sutra, it is with this part. The fact is that that statement "form is emptiness, emptiness only form" is nonsense. This does not take away that fact that the statement has symbolised something important for Buddhists for many centuries. Many Buddhists felt, and still feel, that what they were trying to do was inconceivable (literally beyond the conception of the unawakened mind). And as Mahāyānism became more and more theistic, mystical, and magical it served Mahāyānists to embrace paradox as an expression of this inconceivable goal. And the formula, being paradoxical, gave scope to exegetes of all schools who could claim to understand and interpret this phrase for the rest of us. Though of course ultimately we have to have insight to understand it. I no longer see this line of reasoning as useful or meaningful.

Contra TNH I take the second phrase with śūnyatāyām to be a reference to śūnyatāvihāra or śūnyatāsamādhi, i.e. a (meditative) state of emptiness, described in the Pāḷi Suttas (MN 121, 122) as one in which no experiences arise. The skandhas are the processes by which experience arises. In the state of emptiness these processes seem to be suspended. In emptiness, therefore, there is literally no rūpa, no vedanā, no saṃjñā, no saṃskāra, and no vijñāna. There's no paradox here. It is a simple description of a meditative state. And note that if rūpa meant "body", then the traditional interpretation would suggest that the body disappears in śūnyatāvihāra. Of course, from the point of view of the meditator their body does disappear. But this is not an objective fact. The meditator in emptiness has no way of stepping outside the experience to be objective, because "outside" and "inside" cease to have any meaning in samādhi.

So my solution to the problem is very different to that proposed by TNH. I take "form is emptiness" to be nonsense creating by a zealot who mindlessly mangled a perfectly good simile that can be found intact in the Aṣṭasāhasrikā. And I take "in emptiness there is no form" to be descriptive of what goes on in the (meditative) state of emptiness. This is unconventional, since most commentators find little connection between the Pāḷi word suññatā which usually means something like "absence", as in the absence of experience, while the Sanskrit word śūnyatā is a quality ascribed to dharmas, e.g. sarvadharmāḥ śūnyatālakṣaṇā "all dharmas are characterised by emptiness", though it can also refer to the absence of essence or svabhāva. I suspect that allegiances will play a major role in deciding what facts are most salient to this issue, and that this will determine which solution sounds more plausible.

Since I'm looking at this translation, I want to make a few more comments on it. I will focus particularly on the first paragraph. This is the part of the text I know best and is the subject of my published article on the Heart Sutra (Attwood 2015). The problems evident in this brief section will illustrate my wider point about the value of this translation as doctrine and as literature. This is what TNH came up with for a translation.

> *Avalokiteshvara*
> *while practicing deeply with*
> *the Insight that Brings Us to the Other Shore,*
> *suddenly discovered that*
> *all of the five Skandhas are equally empty,*
> *and with this realisation*
> *he overcame all Ill-being.*

There is much that is awful about this. Like the other recent Zen inspired "translations" the method seems to be to spell out in phrases what is meant by words and pad out the text, thus making it rather turgid. It turns the text into a kind of commentary. The layout hints at free verse (short lines without rhyme or meter), however, as I say, the Heart sutra is not a poem. It's a short extract from a longer work in prose.

The Heart Sutra is simply impenetrable to someone who is not versed in the context. Even some aficionados do little more than wallow in their confusion with regard to this text. No translation that is faithful to the source text is going to be easily comprehensible. The sutra is mostly jargon. Padding it out with expository phrases that are themselves jargon, is not going to improve the situation and makes for rather turgid prose (or pseudo-verse or whatever).

I said that this translation is primarily from the Chinese. How do I know? Because no Sanskrit witness to the Heart Sutra in manuscript or inscription, nor any Sanskrit Prajñāpāramitā text, has an equivalent of the phrase 度一切苦厄 "overcame all suffering". It breaks down as: 度 "overcome" (sometimes used to translate pāramitā); 一切 "all", 苦厄 duḥkhatā or states of suffering. The inclusion of this phrase tells us that TNH was looking at the Chinese text. The other hint of this can be seen later in his translation in the phrase, the "most illuminating mantra". Which is an interpretation of 大明咒. The Sanskrit has vidyāmantra, which cannot be interpreted in the same way. I have blogged on how the Sanskrit Prajñāpāramitā parallels of this phrase all have vidyā translated (by Kumārajīva) as 明咒 (See Roots of the Heart Sutra 15 Aug 2014). Later when Buddhists had taken up the use of mantras it seemed more natural to take the two characters as two words "shining mantra". This is further evidence in support of the Chinese origins thesis - the discrepancy is difficult to explain any other way.

The phrase "the Insight that Brings Us to the Other Shore", with its strange use of capitalisation, is TNH's translation of the Chinese 般若波羅蜜多 or Sanskrit prajñāpāramitā. There is much for which we can castigate Conze, but in this case, "perfection of wisdom" is adequate and has the advantage of being widely used and understood. Prajñā doesn't mean "insight". In most English speaking Buddhist circles "insight" is used to translate vipaśyanā. Prajñā is then the product of insight. Choosing an idiosyncratic translation when there is a widely used and accepted translation is usually a bad choice for a translator, because it places a burden on the reader. A weird phrase like "the Insight that Brings Us to the Other Shore" only makes a text worse, because now the reader has to parse this strange phrase and pause to consider what it might mean. Likely as not we end up translating it back into something familiar. As I've said this is not a text that one can make accessible to non-specialists using long expository phrases in place of jargon terms. One is condemned to spend years learning to understand the jargon or remaining ignorant. In the latter case, one most likely resorts to the magical thinking that characterised the original milieu of the Heart Sutra and is often the modern response to a confusing text.

The first part of the text in Chinese reads: 觀自在菩薩行深般若波羅蜜多時 If we break down we see: 觀自在 Avalokiteśvara 菩薩 bodhisatva 行 practice 深 deep 般若波羅蜜多 prajñāpāramitā. The particle 時 on the end suggest that this is an ongoing action and we usually translate it as "while" or "when". TNH reads 深 as an adverb of 行 "practicing deeply" [with American spelling] whereas most translators understand 深 as an adjective of prajñāpāramitā. That is, it is the prajñāpāramitā that is deep (gambhīra) rather than the practice. Typically in Middle-Chinese we would expect an adverb to be placed immediately before a verb that it modified (so say my grammar books). In this case the character 深 comes immediately after 行. So reading it as an adverb is doubtful. The Sanskrit is: gambhīrāṃ prajñāpāramitācaryāṃ caramāṇo. Here gambhīra is clearly an adjective, but it does seem to apply to carya 'practice', i.e. the deep practice of perfection of wisdom. In fact it appears to be an adjective in the Chinese as well, though an adjective of 般若波羅蜜多 or prajñāpāramitā. As a point of English grammar an adverb also usually precedes the verb it modifies, so "practising deeply" ought to be "deeply practising", but this is subordinate to the observation that here "deep" is unlikely to be an adverb.

THN has interpolated that Avalokiteśvara is not "practising the deep prajñāpāramitā", but he is "practising deeply with prajñāpāramitā". So he arguing that prajñāpāramitā itself is not a practice, but a substantive, and that Avalokiteśvara has it. The Sanskrit contradicts this with prajñāpāramitācaryāṃ 'the practice of perfection of wisdom'. TNHs translation appears to be incorrect. According to TNH, Avalokiteśvara, a Bodhisattva, is "practising with prajñāpāramitā". Weirdly, THN then inserts another adverb "suddenly" that has no counterpart in any version of the text in Chinese or Sanskrit. Avalokiteśvara "suddenly discovered that that all of the five Skandhas are equally empty". But Avalokiteśvara is a fully formed bodhisatva, "with prajñāpāramitā", and is thus quite conversant with the emptiness of the skandhas. It's not something that a bodhisatva like Avalokiteśvara can "suddenly discover", because part of being a bodhisatva with prajñāpāramitā is that he already knows it. So this would seem to be quite a serious error in understanding what is going on. Either Avalokiteśvara is a bodhisatva, or he "suddenly discovered that that all of the five Skandhas are equally empty", but not both. Nor does either the Chinese or the Sanskrit allow for the verb to be "discover". The former has 照見 which I will discuss in the next paragraph, while the latter has paśyati sma "he saw".

This adverb "suddenly" appears from nowhere. The Chinese text has the phrase 照見, which is quite unusual. Allow me to quote my own discussion it from my JOCBS article (Attwood 2015: 119): "照見 zhàojiàn, a difficult term corresponding probably to vyavalokayati sma, but incorporating paśyati sma, i.e. both looking and seeing. 照 can also have a sense of "reflecting", or "illuminating", or perhaps "comparing"; while 見 just means "to see"; and on its own would usually correspond directly to paśyati. The two characters can be read like a verbal compound "illuminate and see", or 照 can be adverbial, giving meanings of the type "clearly see, distinguish". In Yu (2000) several experts in Chinese literature with varying knowledge of Buddhology approach the Hṛdaya as literature and are split on how to interpret this phrase. Stephen F. Teiser (Yu 2000: 113) translates 照見 as "illuminating vision" (照 as an adverb), while Stephen H West (116) opts for "Shining upon and making manifest" (照見 as a verbal compound). Michael A, Fuller does not translate, but expresses the ambiguity: "I encounter a metaphor when it would have been simpler not to have one: why zhao [i.e. 照]? What is the lore here? Does the wisdom emit light? That is, is such wisdom an active use of the mind that engages the phenomena of the world, or is it simply receptive?"

So in this case the position of 照 immediately before 見 does allow it to be read as an adverb. The problem is that 照 doesn't mean "suddenly" and 見 doesn't mean "discover".

So again, TNH has not simply translated the text, he has changed it.

Next TNH translates 五蘊皆空 as "all of the five Skandhas are equally empty". Again this is problematic. 皆 is in fact an adverb meaning "all, the whole, each, every" and the phrase means "the five skandhas are all empty" or less likely "all the five skandhas are empty". So we most likely do read the character 皆 as an adverb, but it's not the adverb he was looking for. It's quite meaningless to add the "equally" to the phrase "all the five skandhas are empty". Emptiness is not a question of degrees. If something is empty, then it is empty. The slightest presence, means it is not empty.

Lastly TNH translates 度一切苦厄 as "he overcame all Ill-being". I was surprised to find that "Ill-being" is a word at all. It is an Americanism (it's in the Merriam-Webster Dictionary, but not in the Oxford). I suppose we cannot complain about Americanisms when the bulk of a man's followers are American. But to me this is an ugly expression. Aesthetics are in the eye of the beholder, but most of the rest of this paragraph is so badly translated that it is at least worth pointing out that an obscure term like "ill-being" is just as bad as a Buddhist jargon word for the reader. It still makes them stop to comprehend the word.

So many problems in such a short passage. Almost every phrase is mangled in some way. What TNH has done here, is not so much a translation, as it is a paraphrase of the text. As someone familiar with the text in Sanskrit and Chinese my opinion is that he has not done anything to clarify the text, and in many cases he has made it less clear, either through an incorrect translation, an unhelpful interpolation or just poor English grammar. Where TNH may have succeeded is in clarifying what TNH thinks the text means. Which is fair enough, it's just that he's wrong about what the text says.

I could go on to critique the rest of the translation, but I think the point is made and I don't want to labour the point. There's nothing profound or beautiful about this translation. It's awful on many levels.

Conclusions

While having little literary merit and despite positively obscuring the underlying text, Thich Nhat Hanh's new translation is none-the-less interesting for the boldness with which the man changes the text in response to perceived problems. And this in a world where most new translations are vanity projects which paraphrase without adding anything. Some of TNH's changes are trivial, such as padding out the text with extra adverbs, or turning a word into a long expository phrase so it conveys the views of the expositor, but in dealing with the problem of the two conflicting statements TNH has attempted to make a more substantial contribution. Not only this but he has had to weigh up the merits of the conflicting statements and choose between them. Since the Heart Sutra is a product of generations of just such interference with written texts, it is interesting to see this process continuing in the present.

Commentators have always interpreted the Heart Sutra with a massive dollop of confirmation bias. To each (and more or less every) translator the Heart Sutra represents a kind of epitome of their existing worldview, be it Yogācārin, Mādhyamika, Tāthāgatagarbhikā or Tantric. The importance of the Heart Sutra in this enterprise is that it is a canonical text that therefore authenticates and legitimises the view of the exegete, whatever the view happens to be. All Buddhists do this, but in the case of most modern exegetes they are reluctant to edit the text itself to conform to this view. We know that the text has been edited in the past. I've given links to examples of this. But consider that not only is each Sanskrit manuscript uniquely different from all the others (though sometimes this is only because of superficial scribal errors), but the three versions of the short text Heart Sutra in the Chinese Tripiṭaka are also different from each other in non-trivial ways (see also Variations in the Heart Sutra in Chinese).

TNH's new translation is also interesting because it illustrates the procedure that a Buddhist might take upon discovering a mistake in their texts. The problem identified by TNH is a genuine one. It is not a matter of exegesis or interpretation, there is a flat and unambiguous contradiction in the Heart Sutra that has long gone unnoticed, but which TNH has noticed. I also noticed it, but he beat me to it by a couple of years, so all credit to him. My approach to this mistake is to highlight the problem and foreground it. I want the tension generated to create a change in perspective on texts in Buddhism and this requires holding the tension rather than seeking a resolution.

As it happens the problem in the Heart Sutra seems to be the result of an historic shift in emphasis in Mahāyānism that was inexpertly interpolated into existing texts some time in the early centuries of the Common Era (at least by 179 CE when Lokakṣema translated Pañcaviṃśati). Thus the conflict is also important as a signpost to changing Buddhist values and attitudes. Again, it is only by acknowledging the mistake and allowing it to stand that insights into the history of ideas in Buddhism come into focus.

TNH acknowledges the problem and then "fixes" it by creating a translation that does not contain the problem. He doesn't just translate the text as a neutral observer, but actively changes the text to ensure a reading consistent with his views on Buddhism. He does not completely obscure the history of the text, because in a separate document he acknowledges the problem. But in simply changing the text he removes the tension that might motivate a shift in perspective. He is preserving the status quo. But then this is what we expect of establishment figures, even those who are eccentric translators.

Another legitimating practice TNH uses, which we see quite often in Western Zen commentators on the Heart Sutra, is the invocation of Sanskrit to authenticate a translation from the Chinese. This can only happen in ignorance or rejection of Jan Nattier's Chinese origins thesis. It is supported by the general ignorance of Sanskrit amongst modern Buddhists. Sanskrit is an admittedly difficult language to learn, but the lack of knowledge of it means that commentators can make statements about the Sanskrit text that most of their audience will never question, nor have the skills to investigate. In my experience commentators like Red Pine and Kaz Tanahashi who say they are translating from Sanskrit are pretty poor Sanskritists and heavily reliant on unnamed third parties (probably writing in Japanese) and the Chinese text. TNH's tries to imply that he was using the Sanskrit text, but clearly he was translating the Chinese text from T251.

Just as I would foreground any textual problems, I would like to highlight these practices for dealing with them. It is, I think, a distinctive feature of Mahāyānism that, despite the canonisation of texts they are still open to being changed. It's quite evident from the Chinese Tripiṭaka that this went on a good deal in India. On the other hand, I know of no similar example from the field of Pāḷi studies. So this is a fascinating insight into the world of Buddhist textual production and transmission. Active editing, fixing perceived problems is practised, right up to the present. Though of course TNH has not edited a text in a canonical language, the source text remains the same, but the process of translating the text provides an opportunity to make corrections that monolingual transmission does not.

In the final analysis the new translation by TNH is not very good, either at representing the canonical text, or as literature. The new "translation" is in fact a palimpsest, a new text written over the top of the old. Not an interpretation so much as a new composition which reflects the teachings of the author rather than the teachings of ancient patriarchs.

The Heart Sutra is a bunch of lines taken out of context, mangled by scribes and editors, and elevated far beyond original competency as magical amulet to protect from demons and misfortune. The content of it continues to baffle, but the bafflement itself symbolises something essential for many Buddhists: their bafflement with the world, with Buddhism, and with how Buddhism makes sense of the world (or doesn't).

~~oOo~~

Reference:

- ❖ Attwood, Jayarava. (2015). Heart Murmurs: Some Problems with Conze's Prajñāpāramitāhṛdaya. Journal of the Oxford Centre for Buddhist Studies, 8, 28-48. http://jocbs.org/index.php/jocbs/article/view/104

- ❖ Yu, Pauline, et al. [eds] (2000) Ways With Words: Writing about reading Texts from Early China. University of California Press.

Vài suy nghĩ khi đọc bài "Jayarava phê bình Thích Nhất Hạnh đã biến đổi Tâm Kinh"

Nguyễn Minh Tiến

1. Dẫn nhập

Tôi viết bài này từ góc nhìn của một người Phật tử nghĩ về Tâm kinh, cho nên tất yếu sẽ có phần nào đó khác với góc nhìn của một nhà nghiên cứu hay học giả. Từ sự khác biệt đó, nếu quý độc giả tiếp cận bài viết này từ góc độ thuần túy học thuật, sẽ có một số điểm cần cân nhắc kỹ để quyết định về tính thuyết phục của chúng, nhưng nếu tiếp cận từ góc độ của một người Phật tử giống như tôi, thì chắc chắn sẽ có nhiều sự đồng cảm hơn. Có thể nói ngắn gọn, bài viết này của tôi mang nhiều tính chủ quan của người viết hơn là một bài khảo cứu thuần túy khách quan, và tôi hy vọng việc báo trước điều đó với quý độc giả sẽ giúp tránh đi những tranh biện không cần thiết về mặt học thuật. Những suy nghĩ của tôi có thể đúng hoặc sai, điều đó hoàn toàn tùy thuộc vào sự phán xét của mỗi độc giả, nhưng điều chắc chắn là không ai có thể áp đặt suy nghĩ hay quan điểm của riêng mình lên người khác. Và do đó, mong rằng quý độc giả khi bỏ thời gian đọc bài viết này sẽ hoàn toàn tỉnh táo trong việc tự mình đưa ra quyết định đánh giá cuối cùng mà không phụ thuộc vào bất kỳ yếu tố tác động nào từ người khác.

Mặc dù vậy, cũng xin nói thêm rằng tôi hoàn toàn không viện dẫn yếu tố chủ quan để tùy tiện đưa ra những suy nghĩ, nhận xét này. Là người Phật tử, chúng ta nên tâm niệm những điều mà đức Phật đã dạy trong kinh Kalama:

"Đừng tin một điều gì chỉ vì nghe báo cáo, đừng tin vì nghe theo truyền thuyết hay truyền thống; đừng tin vì theo kinh điển truyền tụng hay lý luận suy diễn, hoặc vì diễn giải

tương tự, hoặc vì đánh giá hời hợt những dữ kiện; đừng tin vì phù hợp với định kiến; đừng tin vì phát xuất từ nơi có uy quyền, đừng tin vì vị sa-môn nói ra điều đó là bậc đạo sư của mình."

Dựa trên lời dạy đó, để thuyết phục người khác tin vào nhận xét hay quan điểm của mình thì điều tất yếu trước tiên phải là đưa ra được những luận cứ khách quan và hợp lý. Đó là những gì tôi sẽ cố gắng tuân theo trong bài viết này. Vì thế, tôi vẫn tin chắc một điều là người đọc sẽ luôn có sự phán xét tỉnh táo và sáng suốt mà không phụ thuộc vào sự tác động vô tình hay cố ý thiếu khách quan từ người viết.

2. Sơ lược về bài viết của Jayarava

Tác giả gọi bài viết của mình là *"essay"* thay vì *"article"*, hàm ý đây là một khảo luận nghiêm túc chứ không chỉ là một bài viết bày tỏ quan điểm. Và những gì tác giả thể hiện qua bài viết hầu hết là xứng đáng để được đánh giá như thế, nghĩa là đảm bảo các phẩm chất như nghiêm túc, chặt chẽ, có phân tích chi ly và dựa vào kết quả phân tích để đưa ra kết luận.

Trước khi đi vào phân tích và phê phán bản dịch Anh ngữ của thầy Nhất Hạnh, tác giả đã dạo đầu bằng cách chỉ trích chung chung hầu hết các bản dịch Anh ngữ của Tâm kinh trong thời hiện đại. Ông viết:

"A lot of new translations are motivated by vanity or a desire to establish one's credentials as a "Zen master". They add nothing to our knowledge of the text and make no contribution to the field of literature either. They are usually the worst kind of Buddhist Hybrid English."

(Rất nhiều bản dịch mới [của Tâm kinh] được thúc đẩy bởi sự kiêu mạn hoặc ý muốn xác lập uy tín của mình như một "thiền sư". Những bản dịch này không giúp ích gì thêm cho kiến thức của chúng ta về Tâm kinh và cũng không đóng góp gì cho lĩnh vực văn học. Chúng thường là một kiểu "Anh ngữ hỗn chủng Phật giáo" tệ hại nhất.)

Và trên bối cảnh được dựng lên như thế, tác giả đi vào phân tích phê phán những chi tiết sai sót trong bản dịch Anh ngữ của thầy Nhất Hạnh. Jayarava đặc biệt tỏ ra khá cẩn trọng và phân tích chi tiết, sử dụng dữ kiện hợp lý cũng như có những kết luận khách quan. Vì thế, có thể xem đây là một trong những bài khảo luận có nhiều giá trị tham khảo khi nghiên cứu về Tâm kinh.

Tuy nhiên, điều tôi thực sự quan tâm không phải là những nội dung phê phán của ông, cho dù có một số những nhận xét của ông cũng trùng hợp với bài viết của tôi với tiêu đề "Có nên dịch lại Tâm kinh hay không" đã đăng tải trước đây từ tháng 11 năm 2014, nghĩa là khoảng chưa đầy 3 tháng sau khi thầy Nhất Hạnh công bố bản dịch Tâm kinh mới. Điều tôi quan tâm và muốn đề cập đến trong bài viết này chính là những quan điểm của ông về Tâm kinh mà có những điểm tôi hoàn toàn không tán thành.

3. Quan điểm của Jayarava thể hiện qua bài viết

Tâm điểm của bài viết là về sự thay đổi văn bản Tâm kinh của thầy Nhất Hạnh như đã nêu ngay trong tiêu đề bài viết, cho thấy tác giả chú ý nhiều nhất đến sự kiện này. Điều này cũng được thể hiện ở một đoạn trong bài viết:

"I find it fascinating that Thích Nhất Hạnh feels he is able to change the text to resolve this conflict. It is by far the most interesting detail across the whole the modern fascination with this text that I know of, and perhaps the only one worth writing about."

Các Ý Kiến Xoay Quanh Việc Dịch Mới

(Với tôi, điều hết sức thú vị là Thích Nhất Hạnh tự thấy ông ta có thể thay đổi Kinh văn để giải quyết điểm mâu thuẫn này. Đây rõ ràng là chi tiết thú vị nhất trong tất cả những điều thú vị về Tâm kinh ở thời hiện đại mà tôi được biết, và có lẽ là điều duy nhất đáng chọn làm chủ đề để viết.)

Jayarava đã dành phần lớn nội dung bài viết để vạch ra rất nhiều sai sót trong một đoạn ngắn bản dịch Anh ngữ của thầy Nhất Hạnh, bao gồm việc dịch sai ý nghĩa nguyên tác, thêm thắt nhiều từ ngữ vô ích, kém cỏi về ngữ pháp tiếng Anh... Riêng về sự thay đổi Tâm kinh của thầy Nhất Hạnh. Khi đề cập đến điều này lần đầu tiên trong bài, ông viết:

"While it is radical of Thích Nhất Hạnh to admit finding a mistake in a Buddhist text, his response is an anticlimax. He characterises the problem as an imperfect recording of the text by some ancient "patriarch", and in response changes the wording of the text so that the problem simply disappears. Thích Nhất Hạnh appears to believe he has insight into the intended meaning and the ability to correct the wording to convey this."

(Trong khi việc phát hiện và thừa nhận sai lầm trong Kinh điển của Thích Nhất Hạnh là một sự cầu tiến, thì cách giải quyết của ông đối với việc này lại là một kết cục đáng thất vọng. Ông mô tả bất ổn như là một sự ghi chép bản kinh *"không đủ khéo léo"* bởi một *"tổ sư"* nào đó trước đây, và để giải quyết điều ấy ông thay đổi từ ngữ trong bản kinh sao cho bất ổn đó hoàn toàn mất đi. Thích Nhất Hạnh tỏ ra tin rằng ông ta có đủ tuệ giác sâu sắc về ý nghĩa [bản kinh] muốn nói và khả năng hiệu đính từ ngữ để truyền đạt ý nghĩa này.)

Qua đoạn văn này, có thể thấy Jayarava tán thành việc nêu ra *"bất ổn"* trong Tâm kinh của thầy Nhất Hạnh. Trong thực tế, ông cũng tự nhận là mình đã độc lập phát hiện sự "mâu thuẫn" trong Tâm kinh, nhưng chỉ mới gần đây. Do đó, ông cũng bày tỏ sự tôn trọng đối với phát hiện của thầy Nhất Hạnh. Trong một đoạn khác, ông viết:

"So all credit to Thích Nhất Hạnh."

(Như vậy, phát hiện này được xem là của Thích Nhất Hạnh.)

Nhưng điều mà Jayarava phê phán là cách làm của thầy Nhất Hạnh sau khi đã phát hiện bất ổn, mà ông cho là một "kết cục đáng thất vọng" (anticlimax). Đó là việc việc thầy sửa đổi văn bản Tâm kinh để giải quyết chỗ mà thầy cho là "không khéo léo" của "vị tổ sư đã biên tập". Bản thân tôi tán thành với quan điểm phê phán này, vì việc thay đổi một bản văn cổ, nhất là khi đó là một bản Kinh văn, có nghĩa là đã thuộc về giá trị của cả cộng đồng Phật giáo, thì không thể chỉ đơn thuần dựa trên sự suy diễn và phán định của một người, bất kể người đó là ai. Trong bài viết "Có nên dịch lại Tâm kinh hay không?" tôi cũng đã nêu lên quan điểm này và còn khẳng định việc một dịch giả hoàn toàn không có quyền thay đổi nguyên tác, bởi vì như vậy sẽ không còn là dịch nữa mà là đang tạo ra một văn bản mới.

Khi tôi chủ động liên lạc với Jayarava để trao đổi thêm về bài viết này, trong một email gửi cho tôi ông nói rõ hơn:

"He did not submit his work to a journal for peer review, as I might. He just announced that he had changed the Heart Sutra. Like a king."

(Ông ấy không công khai ý kiến của mình lên một tạp chí nào đó để có sự phán xét kỹ lưỡng giống như tôi vẫn làm. Ông chỉ công bố rằng mình đã thay đổi Tâm kinh, thế là xong. Giống như một ông vua.)

Lần tiếp theo trong bài viết, Jayarava đề cập đến việc

"*sửa kinh*" sau khi đã chỉ ra nhiều sai lầm trong bản dịch. Ông viết:

"Thích Nhất Hạnh gets around this by changing the text so that it now says that the skandhas are not separate entities. This is by no means bad doctrine from a Mahāyānist point of view, but it is also not what the text says. So Thích Nhất Hạnh's "translation" is something that he has made up to solve an apparent problem (a post hoc rationalisation)."

(Thích Nhất Hạnh giải quyết mâu thuẫn bằng cách thay đổi kinh văn để đoạn kinh này trở thành là: "các skandha 'không có mặt như những thực tại riêng biệt'". Theo quan điểm Đại thừa thì câu kinh sửa lại này tuy hoàn toàn không phải là tà kiến nhưng cũng không phải là những gì mà Tâm kinh muốn nói. Vì vậy, "bản dịch" của Thích Nhất Hạnh là những gì do ông tạo ra để giải quyết một bất ổn hiển nhiên - một sự lý giải theo đuôi vấn đề.)

"Lý giải theo đuôi vấn đề" (post hoc rationalisation) là cách diễn đạt mà tác giả sử dụng để chỉ cho một lập luận gượng ép, cố tình đưa ra để hợp lý hóa cho một vấn đề đã có trước đó. Thay vì căn cứ trên những dữ kiện và lập luận khách quan để đi đến kết luận thì tiến trình này đi ngược lại bằng cách chấp nhận một vấn đề rồi mới tìm giải pháp để hợp lý hóa vấn đề ấy. Và cách hợp lý hóa của thầy Nhất Hạnh ở đây là tùy tiện sửa lại Kinh văn.

Về phương diện học thuật, Jayarava đã trích dẫn văn bản Sanskrit để chỉ ra rằng sự suy diễn mà thầy Nhất Hạnh dựa vào để chỉnh sửa Kinh văn là một suy diễn không đúng. Do đó, kết quả chỉnh sửa này hoàn toàn không phải là ý nghĩa mà Tâm kinh muốn nói. Phân tích thêm về sự "mâu thuẫn" của văn bản Tâm kinh, Jayarava dẫn văn bản Sanskrit:

"What the Sanskrit text says is Tasmāc chāriputra

śūnyatāyām na rūpam... i.e. "Therefore, Śāriputra, in emptiness there is no form, etc" or "with respect to emptiness there is no form". The Sanskrit word for "emptiness" (śūnyatā) is in the locative plural case (śūnyatāyām) and can be read either as "in emptiness" or "with respect to emptiness". In either case it is saying that there is no relationship between form and emptiness, whereas the earlier line states that the two are identical. A flat contradiction."

(Bản Sanskrit chép là *Tasmāc chāriputra śūnyatāyām na rūpam...* nghĩa là "Vì vậy, Śāriputra, trong tánh Không không có sắc, v.v.." hoặc "đối với tánh Không không có sắc". Từ Sanskrit của "tánh Không" (śūnyatā) sử dụng vị trí cách, số nhiều (śūnyatāyām) và có thể được hiểu là "trong tánh Không" hoặc "đối với tánh Không". Cả hai cách hiểu này đều nói lên rằng không có mối quan hệ nào giữa "sắc" và "không", trong khi câu kinh trước đó lại nói rằng "sắc" và "không" là như nhau. Một sự mâu thuẫn hoàn toàn.)

Tuy nhiên, theo lập luận của Jayarava thì vấn đề không phải là xóa bỏ đi mâu thuẫn trong Tâm kinh, mà là cần nêu rõ để mọi người đều biết, và qua việc phát hiện mâu thuẫn này sẽ hé lộ một sự thật lịch sử đã từng diễn ra trong quá khứ: một khuynh hướng chỉnh sửa Kinh văn của trường phái Đại thừa:

"As it happens the problem in the Heart Sutra seems to be the result of an historic shift in emphasis in *Mahāyānism* that was inexpertly interpolated into existing texts some time in the early centuries of the Common Era (at least by 179 CE when Lokakṣema translated Pañcaviṃśati). Thus the conflict is also important as a signpost to changing Buddhist values and attitudes. Again, it is only by acknowledging the mistake and allowing it to stand that insights into the history of ideas in Buddhism come into focus."

(Theo như thực tế đã diễn ra thì sai lệch trong Tâm kinh dường như là kết quả của một chuyển đổi lịch sử trong sự nhấn mạnh của Đại thừa, dẫn đến sự thêm thắt một cách thô thiển vào các bản kinh văn đương thời, vào khoảng những thế kỷ đầu của kỷ nguyên Tây lịch (sớm nhất là vào năm 179, khi Lokakṣema dịch Pañcaviṃsati). Như vậy, mâu thuẫn này cũng quan trọng như là một dấu mốc cho thấy sự thay đổi các giáo nghĩa trong Phật giáo và thái độ quan điểm. Một lần nữa, chỉ thông qua việc thừa nhận sai lầm này và cho phép nó tồn tại mà những hiểu biết về lịch sử các tư tưởng Phật giáo mới được chú ý đến.)

Có thể tóm tắt ngắn gọn các quan điểm về Tâm kinh của Jayarava - không đề cập đến những điểm phê phán bản dịch của thầy Nhất Hạnh - trong bài này như sau:

1. Tâm kinh có mâu thuẫn, nhưng việc thầy Nhất Hạnh tự ý sửa lại Kinh văn là không đúng và nội dung sửa chữa cũng không đúng.

2. Tâm kinh đã từng bị sửa chữa, và chính sự sửa chữa này dẫn đến có mâu thuẫn trong kinh văn.

Đó là những quan điểm rõ ràng nhất trong bài viết của Jayarava mà tôi quan tâm, bởi vì ít nhất thì chúng cũng chưa hoàn toàn thuyết phục nếu chỉ dựa vào những gì tác giả bài viết đã nêu ra.

4. Những quan điểm chưa thuyết phục

a. Tâm kinh có mâu thuẫn hay không?

Jayarava xác định rằng bất ổn của Tâm kinh chính là sự mâu thuẫn trong hai câu kinh nằm gần nhau. Ông lập luận rằng, khi nói *"trong tánh Không không có hình sắc"* (in emptiness there is no form) hoặc *"đối với tánh Không không*

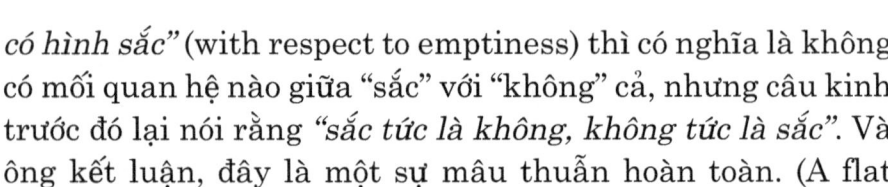

có hình sắc" (with respect to emptiness) thì có nghĩa là không có mối quan hệ nào giữa "sắc" với "không" cả, nhưng câu kinh trước đó lại nói rằng *"sắc tức là không, không tức là sắc".* Và ông kết luận, đây là một sự mâu thuẫn hoàn toàn. (A flat contradiction.)

Lập luận của Jayarava là hợp lý, nhưng chỉ hợp lý khi ta nhìn vấn đề từ góc độ ngôn ngữ hoặc lý luận thông thường. Tâm kinh không phải một bản văn thông thường. Đây là một văn bản tôn giáo, viết ra cho những người có đủ niềm tin và căn bản giáo lý về tôn giáo đó, cụ thể ở đây là các Phật tử theo Phật giáo Đại thừa. Điều Tâm kinh muốn nói không phải là so sánh các khái niệm "sắc", "không" và "tánh Không" để chỉ ra các mối quan hệ giữa chúng với nhau theo ý nghĩa thông thường. Điều Tâm kinh muốn nói ở đây là thông qua các khái niệm được sử dụng để mô tả một ý nghĩa, một trạng thái vượt ngoài các khái niệm đó.

Tôi sẽ không lạm bàn về ý nghĩa thực sự của Tâm kinh qua sự lãnh hội của người Phật tử, bởi vì điều đó tùy thuộc vào công phu tu tập của mỗi người và trong lãnh vực này sẽ có nhiều bậc thầy vượt trội hơn tôi để có đủ thẩm quyền giảng giải. Tôi chỉ muốn nhấn mạnh ở đây hai phạm trù ý nghĩa hoàn toàn khác nhau nhưng Jayarava đã không phân biệt rõ. Ông đem những lý luận thuần túy về mặt ngữ nghĩa để chỉ ra rằng Tâm kinh có mâu thuẫn, trong khi sự diễn đạt của Tâm kinh lại cần phải được tiếp nhận, lãnh hội từ một phạm trù khác, như một nỗ lực sử dụng chính ngôn ngữ để phá vỡ lớp vỏ bọc khái niệm bao quanh ngôn ngữ.

Kinh điển Đại thừa có vô số những "mâu thuẫn" như thế này nếu dựa trên lập luận của Jayarava. Chẳng hạn, ngay từ phần mở đầu kinh Kim Cang đã có đoạn:

"Đối với tất cả các loài chúng sinh: hoặc sinh từ bào thai,

hoặc sinh từ trứng, hoặc sinh nơi ẩm thấp, hoặc do biến hóa sinh ra, hoặc có sắc, hoặc không có sắc, hoặc có tưởng, hoặc không tưởng, hoặc chẳng phải có tưởng chẳng phải không tưởng, ta đều độ cho nhập vào Vô dư Niết-bàn. Như vậy diệt độ vô số chúng sinh, nhưng thật không có chúng sinh nào được diệt độ."

Hóa độ cho tất cả chúng sinh đủ các chủng loại đều được nhập Niết-bàn, nhưng lại nói là không có chúng sinh nào được diệt độ. Như vậy chẳng phải là mâu thuẫn sao? Và những mâu thuẫn tương tự có thể tìm thấy ở rất nhiều đoạn khác trong kinh Kim Cang, nhưng rõ ràng từ xưa nay chưa một người nào thọ trì, tu tập theo bản kinh này lại cho đó là mâu thuẫn. Ngược lại, chính những cách diễn đạt "mâu thuẫn" này đã khai mở cho không biết bao nhiêu tâm thức, giúp người tu tập buông xả vô số phiền não và trực nhận được những gì thực sự là bản chất hay ý nghĩa rốt ráo của đời sống.

Như vậy, để trả lời câu hỏi *"Tâm kinh có mâu thuẫn hay không?"* trước hết phải xác định việc người đặt câu hỏi đang tiếp cận vấn đề từ góc độ nào. Nếu từ cách nhận hiểu theo quy ước thông thường thì đó gọi là mâu thuẫn, nhưng nếu nhận hiểu theo nghĩa rộng của ngôn ngữ như một phương tiện truyền đạt tư tưởng thì sự phá vỡ quy ước thông thường chính là biện pháp đang được kinh văn sử dụng. Và như vậy, đó hoàn toàn không phải sự mâu thuẫn.

b. Tâm kinh có từng bị sửa đổi hay không?

Trước hết cần phải giới hạn phạm vi câu hỏi này trong vấn đề được Jayarava nêu ra, chứ không phải là toàn bộ tiến trình truyền thừa của Tâm kinh. Đơn giản chỉ là vì nếu mở rộng vấn đề như thế sẽ không ai có đủ thẩm quyền và dữ kiện để xác định chắc chắn cả.

Vấn đề được Jayarava nêu ra như sau: "I employed a method developed by Jan Nattier and Nobuyoshi Yamabe, which was to track the quotation back into the source texts of the Heart Sutra, i.e. the Prajñāpāramitā texts. And in doing so I discovered that someone in ancient times had tampered with the text of the Pañcaviṃśatisāhastikā or 25,000 text. In the Aṣṭasāhasrikā or 8000 text, the line is:

(Tôi đã sử dụng một phương pháp do Jan Nattier và Nobuyoshi Yamabe phát triển, đó là lần dò ngược lại từ các trích dẫn đến các văn bản gốc của Tâm kinh, tức là các bản kinh Prajñāpāramitā. Khi làm như vậy, tôi phát hiện ra rằng có một ai đó trong thời xa xưa đã thay đổi văn bản Pañcaviṃśāsāhastikā tức Nhị vạn ngũ thiên tụng. Trong bản Aṣṭasāhasrikā tức Bát thiên tụng, có dòng này:)

na hi anyā sā māyā anyat tad rūpam | rūpam eva māyā | māyaiva rūpam |

Illusion is not one thing and form another. Form is only illusion. Illusion is only form.

(Huyễn ảo và hình thái không phải hai điều khác biệt. Hình thái là huyễn ảo. Huyễn ảo là hình thái.)

Như vậy, trong quá trình khảo sát ông cho rằng có ai đó xưa kia đã sửa đổi nội dung của bộ Nhị vạn ngũ thiên Bát-nhã tụng. Jayarava so sánh và cho rằng câu kinh bị sửa đổi này tương tự với câu kinh trong Bát-nhã Tâm kinh, chỉ khác nhau ở chữ māyā được đổi thành śūnyatā. Có thể tóm tắt quy trình phát hiện của Jayarava như sau:

- Có một câu kinh tương tự (nhưng có khác biệt) trong Bát thiên Bát-nhã tụng và Nhị vạn ngũ thiên Bát-nhã tụng. Như vậy, có ai đó xưa kia đã sửa đổi Nhị vạn ngũ thiên Bát-nhã tụng làm cho nó khác với Bát thiên Bát-nhã tụng.

- Tâm kinh Bát-nhã được dựa trên Nhị vạn ngũ thiên Bát-nhã tụng, do đó đã sao chép sai lầm này.

Bằng cách lập luận rằng chữ māyā là hợp lý hơn hoặc không có lỗi ngữ pháp, ông cho rằng việc sửa chữ này thành śūnyatā tạo ra một lỗi ngữ pháp thô thiển:

"The problem is that the editor who substituted śūnyatā for māyā made a grammatical blunder."

(Vấn đề là người biên tập khi dùng chữ śūnyatā để thay thế cho chữ māyā đã tạo ra một lỗi ngữ pháp thô thiển.)

Và theo ông thì đây là một sự mâu thuẫn mà xưa nay chưa ai phát hiện, chỉ đến ngày nay mới có thầy Nhất Hạnh và ông phát hiện ra, cho dù ông đã đi sau thầy vài năm:

"... there is a flat and unambiguous contradiction in the Heart Sutra that has long gone unnoticed, but which Thích Nhất Hạnh has noticed. I also noticed it, but he beat me to it by a couple of years, so all credit to him."

(... có một sự mâu thuẫn hoàn toàn và rõ rệt trong Tâm kinh mà từ lâu không ai nhận thấy, nhưng Thích Nhất Hạnh đã nhận thấy. Tôi cũng nhận thấy, nhưng ông ta hơn tôi vì đã công bố trước vài năm, do đó phát hiện này thuộc về ông ta.)

Tâm kinh có mâu thuẫn hay không thì chúng ta đã bàn đến trong phần trước. Ở đây tôi muốn phân tích thêm vài luận điểm của Jayarava.

Khi so sánh Nhị vạn ngũ thiên Bát-nhã tụng và Bát thiên Bát-nhã tụng, ông phát hiện sự khác biệt. Tuy nhiên, có hai điểm ông không nói rõ.

Thứ nhất, tuy hai bản văn này có khác biệt, nhưng căn cứ vào đâu để xác định Nhị vạn ngũ thiên Bát-nhã tụng (Pañcaviṃśatisāhastikā) là bản văn bị sửa mà không phải là

Bát thiên Bát-nhã tụng (Aṣṭasāhasrikā)? Hay nói khác đi, liệu có phải chữ māyā bị sửa thành śūnyatā hay là ngược lại? Rất có thể Jayarava có căn cứ để xác định điều này, nhưng ít nhất là ông đã không nêu ra căn cứ đó trong bài viết để độc giả có thể thẩm định. Và khi chưa có những căn cứ xác định rõ ràng thì việc kết luận bản kinh nào đã bị sửa vẫn còn chưa thuyết phục. Trong trường hợp ông dựa vào ngữ nghĩa để xác định rằng chữ māyā là hợp lý hơn thì với một quan điểm ngược lại về ngữ nghĩa, cũng sẽ đưa đến kết quả ngược lại.

Thứ hai, liệu hai câu kinh khác biệt này có thuộc về cùng một ngữ cảnh, cùng một đoạn kinh hay không? Bởi vì chỉ khi nêu rõ điều này thì mới có thể đi đến kết luận là một trong hai câu đã bị sửa đổi. Trong trường hợp chúng thuộc về những ngữ cảnh, những đoạn kinh văn khác nhau (cho dù có thể gần nghĩa nhau) thì vẫn chưa đủ căn cứ để kết luận.

Khi chuyển dịch kinh Đại Bát Niết-bàn, tôi đã gặp một số vấn đề về văn bản tương tự. Trong bản dịch của ngài Đàm-vô-sấm (T374) có câu: "如來常身猶如畫石。- *Như Lai thường thân do như hoạch thạch.*" (Thân Như Lai thường còn như hình khắc trên đá.)

Về ý nghĩa, câu này có bất ổn vì không phù hợp với giáo nghĩa Đại thừa. Sự so sánh ý nghĩa thường tồn của thân Như Lai với *"hình khắc trên đá"* là một so sánh khập khiễng và vô nghĩa. Khi khảo sát bản dịch Đại Bát Nê-hoàn kinh của ngài Pháp Hiển (T376), tôi tìm thấy một câu kinh tương tự trong cùng một ngữ cảnh, cùng một đoạn văn với ý nghĩa hoàn toàn tương tự. Câu kinh này viết là: "如來法身真實常住,非磨滅法,我意諦信猶如畫石。" (Như Lai pháp thân chân thật thường trụ, phi ma diệt pháp, ngã ý đế tín do như hoạch thạch.) Nghĩa là: "Pháp thân Như Lai chân thật thường trụ, không phải pháp hoại diệt, lòng con đã tin chắc điều đó như khắc sâu vào đá."

Các Ý Kiến Xoay Quanh Việc Dịch Mới

Ngoài những khác biệt nhỏ như *pháp thân* thay cho *thường thân*, bản T376 còn có thêm các chữ: 真實常住,非磨滅法,我意諦信 (...chân thật thường trụ, phi ma diệt pháp, ngã ý đế tín...). Khi thêm các chữ này vào văn cảnh của bản T374 thì chúng ta có được một câu kinh với ý nghĩa trọn vẹn và hoàn toàn phù hợp với giáo nghĩa Đại thừa.

Như vậy, trước khi đi đến kết luận là bản T374 bị thiếu chữ, tôi đã phải thực hiện thao tác so sánh toàn bộ ngữ cảnh, toàn bộ các đoạn kinh văn có chứa những câu kinh được so sánh, để thấy rằng chúng được chuyển dịch từ cùng một đoạn Phạn văn. Chỉ sau khi kết luận được điều này thì ý nghĩa sau đó mới có giá trị thuyết phục. Có thể Jayarava cũng đã làm các thao tác so sánh tương tự, nhưng ít nhất ông đã không đề cập sơ lược kết quả so sánh đó trong bài viết này. Và nếu không có sự chứng minh rằng những câu kinh của hai văn bản so sánh là cùng một ngữ cảnh, cùng một đoạn kinh văn giống nhau, thì kết luận ở đây chưa đủ thuyết phục.

Một điều khó hiểu là Jayarava cho rằng khi người biên tập chỉnh sửa chữ māyā thành śūnyatā đã tạo ra một lỗi ngữ pháp thô thiển (The problem is that the editor who substituted śūnyatā for māyā made a grammatical blunder), nhưng ông lại không giải thích gì về lỗi ngữ pháp này để người đọc được hiểu, giống như ông đã giải thích về ý nghĩa ngữ pháp của chữ śūnyatāyām trong một đoạn trước đó.

Mặt khác, nếu Jayarava căn cứ vào ngữ nghĩa để cho rằng chữ śūnyatā (emptiness - tánh không) đã được đưa vào để thay thế chữ trước đó lẽ ra phải là māyā (illusion - huyễn ảo) thì cần phải xét đến cả văn cảnh trước và sau đó. Đoạn kinh văn này là khúc chiết nhưng vô cùng mạch lạc, vì trước đó đã nói *"soi thấy năm uẩn đều không"* (照見五蘊皆空- chiếu kiến ngũ uẩn giai không), nên câu tiếp theo *"sắc tức là không, không tức là sắc"* (色即是空, 空即是色- sắc tức thị *không, không tức thị sắc*) chỉ là phần diễn giải mở đầu để tiếp theo đó là các uẩn còn lại gồm thọ, tưởng, hành và thức cũng đều như vậy (亦復如是 - *diệc phục như thị*). Cho nên, nếu ta thay *"không"* ở đây bằng *"huyễn ảo"* thì sự thay thế này cũng phải được áp dụng cho cả đoạn kinh trước đó và sau đó. Và như vậy, trích dẫn từ bản văn Sanskrit lẽ ra phải gồm đủ các đoạn nói về năm uẩn chứ không chỉ riêng một câu nói về sắc uẩn như Jayarava đã nêu ra.

Trở lại với vấn đề "lỗi ngữ pháp" (grammatical blunder, bad grammar) mà Jayarava nhiều lần nêu ra, độc giả không thể không phát sinh nghi vấn là vì sao một lỗi được đánh giá là "thô thiển" (blunder) dẫn đến sự mâu thuẫn trong Kinh văn như thế mà có thể tồn tại qua hàng chục thế kỷ không ai nhận ra (that has long gone unnoticed)? Chúng ta có thể tạm thời chưa nói đến rất nhiều bậc long tượng của Phật giáo đã từng xuất hiện trong suốt thời gian đó, mà có lẽ không ai trong số họ là không tiếp cận với Tâm kinh ngay từ lúc mới bước vào chùa. Chỉ riêng trong số những người đã dịch Tâm kinh, hãy xét đến hai vị nổi bật là Cưu-ma-la-thập và Huyền Trang. Bản dịch của ngài Cưu-ma-la-thập (T223) là *Ma-ha Bát-nhã Ba-la-mật Kinh* (摩訶般若波羅蜜經) gồm 27 quyển, nội dung Tâm kinh được tìm thấy trong quyển 1 và cũng được tách riêng thành một bản kinh độc lập với tên Ma-ha Bát-nhã Ba-la-mật Đại Minh Chú Kinh (摩訶般若波羅蜜大明咒經 - T250), khi so sánh với bản dịch của ngài Huyền Trang (T251) tuy có khác nhau ở nhiều điểm nhưng riêng ở câu *"sắc tức thị không, không tức thị sắc"* là giống hệt nhau. Như vậy, nếu có sự bỏ sót sai lầm trong Phạn bản thì cả hai vị này đều đã mắc phải. Tuy nhiên, với tri thức và đạo hạnh của cả hai vị, điều này thật khó có thể tin được, trừ phi có thể đưa ra được những minh chứng thuyết phục. Cần lưu ý, cả hai đại dịch giả này đều được ghi nhận là am tường, thông thạo cả Phạn văn và Hán văn. Ngài Huyền Trang thậm chí đã từng trực tiếp tranh biện và khuất phục các luận sư người Ấn Độ.

Cũng cần nói rõ thêm là phương thức tiến hành dịch thuật của ngài Huyền Trang hết sức quy củ và khoa học. Với sự ủng hộ tích cực từ vua Đường Cao Tông, ngài luôn được sự trợ giúp của nhiều vị cao tăng, học giả đương thời, và quy trình dịch thuật có bao gồm cả việc kiểm chứng Phạn bản do ngài Huyền Mô phụ trách. Dưới đây là một trích đoạn từ sách Khai Nguyên Thích Giáo Lục (開元釋教錄) sẽ cho thấy rõ điều này: 遂召證義大德諳解大小乘經論為時輩所推者一十一人至。即京弘福寺沙門靈閏。沙門文備 。羅漢寺沙門慧貴。實際寺沙門明琰。寶昌寺沙門法祥。靜法寺沙門普賢。法海寺沙門神昉。廓州法講寺沙門道深。汴州演覺寺沙門玄忠。蒲州普救寺沙門神泰。綿州振響寺沙門敬明等。 綴文大德九人至。即京普光寺沙門棲玄。弘福寺沙門明濬。會昌寺沙門辯機。終南山豐德寺沙門道宣。簡州福聚寺沙門靖邁。蒲州普救寺沙門行友。棲巖寺沙門道卓。豳州昭仁寺沙門慧立。洛州天宮寺沙門玄則 等。 字學大德一人至。即京大總持寺沙門玄應。 證梵語梵文大德一人至。即京大興善寺沙門玄謨。

"[Vua Đường Cao Tông] lại triệu thỉnh các vị đại đức tinh thông am hiểu kinh luận Đại, Tiểu thừa được [chư tăng] suy cử đến chứng nghĩa, gồm 11 vị. Đó là các vị Sa-môn Linh Nhuận, Sa-môn Văn Bị ở chùa Hoằng Phúc tại kinh đô, Sa-môn Tuệ Quý ở chùa La Hán, Sa-môn Minh Diễm ở chùa Thật Tế, Sa-môn Pháp Tường ở chùa Bảo Xương, Sa-môn Phổ Hiền ở chùa Tĩnh Pháp, Sa-môn Thần Phưởng ở chùa Pháp Hải, Sa-môn Đạo Thâm ở chùa Pháp Giảng thuộc Khuyếch Châu, Sa-môn Huyền Trung ở chùa Diễn Giác thuộc Biện Châu, Sa-môn Thần Thái ở chùa Phổ Cứu thuộc Bồ Châu, Sa-môn Kính Minh ở chùa Chấn Hưng thuộc Miên Châu. "Lại có 9 vị đại đức lo việc chỉnh lý văn cú. Đó là các vị Sa-môn Thiên Huyền ở chùa Phổ Quang tại kinh đô, Sa-môn Minh Tuấn ở chùa Hoằng Phúc, Sa-môn Biện Cơ ở chùa Hội Xương, Sa-môn Đạo Tuyên ở chùa Phong Đức núi Chung Nam, Sa-môn Tĩnh Mại ở chùa Phúc Tụ thuộc Giản Châu, Sa-môn Hành Hữu ở chùa Phổ Cứu thuộc Bồ Châu, Sa-môn Đạo Trác ở chùa Thê Nham, Sa-môn Tuệ Lập ở chùa Chiêu Nhân thuộc Bân Châu, Sa-môn Huyền Tắc ở chùa Thiên Cung thuộc Lạc Châu. "Lại có một vị đại đức chuyên về văn tự học là Sa-môn Huyền Ứng ở chùa Đại Tổng Trì tại kinh đô. "Lại có một vị đại đức kiểm chứng về Phạn văn là Sa-môn Huyền Mô ở chùa Đại Hưng Thiện tại kinh đô."

Với tất cả những gì nêu trên, việc có một "lỗi ngữ pháp thô thiển" dẫn đến sai lệch ý nghĩa kinh văn mà bị bỏ sót không nhận ra thì quả là điều hết sức khó tin. Ngoài ra, cho dù ngài Cưu-ma-la-thập là một dịch giả tiền bối so với ngài Huyền Trang, nhưng việc Jayarava cho rằng bản dịch của ngài Huyền Trang (T251) phản ánh lại trật tự trong bản dịch của ngài Cưu-ma-la-thập (T223) (The order in T251 reflects the order in the source text T223, Kumārajīva's translation of the Pañcaviṃśatisāhasrikā-prajñāpāramitā-sūtra...) chỉ là một sự võ đoán, bởi chúng ta đều biết là ngài Huyền Trang đã trực tiếp mang Phạn bản từ Ấn Độ về Trung Hoa để chuyển dịch, nên bản dịch của ngài phải là một công trình độc lập, có thể tham khảo các bản trước đó nhưng không thể phụ thuộc.

Một điểm cần lưu ý nữa là trong khi cho rằng chữ śūnyatā (emptiness - không) trong câu "sắc tức thị không, không tức thị sắc" là một sự sai lệch do bị sửa đổi, Jayarava lại dành cả một đoạn văn dài để giải thích cách hiểu của ông về chữ "không" trong câu tiếp theo: "thị cố không trung" (therefore in emptiness - cho nên trong tánh Không). Ông viết:

"Contra TNH I take the second phrase with śūnyatāyām

to be a reference to śūnyatāvihāra or śūnyatāsamādhi, i.e. a (meditative) state of emptiness, described in the Pāḷi Suttas (MN 121, 122) as one in which no experiences arise. The skandhas are the processes by which experience arises. In the state of emptiness these processes seem to be suspended. In emptiness, therefore, there is literally no rūpa, no vedanā, no saṃjñā, no saṃskāra, and no vijñāna. There's no paradox here. It is a simple description of a meditative state."

(Ngược lại với Thích Nhất Hạnh, tôi cho rằng mệnh đề thứ hai với từ śūnyatāyām (Tánh không) là để tham chiếu đến śūnyatāvihāra (Không định) hoặc śūnyatāsamādhi (Không tam-muội), nghĩa là "một trạng thái không" (trong thiền định), được mô tả trong kinh điển Pāḷi (Trung Bộ, MN:121, 122) như là một trạng thái không có kinh nghiệm nào sinh khởi. Các skandha (uẩn) là những tiến trình mà theo đó kinh nghiệm được sinh khởi. Trong trạng thái không, các tiến trình này dường như bị ngăn dứt. Do đó, trong Tánh không, theo đúng nghĩa là không có rūpa (sắc), không có vedanā (thọ), không có saṃjñā (tưởng), không có saṃskāra (hành), và không có vijñāna (thức). Không có nghịch lý ở đây. Chỉ đơn giản là một mô tả về trạng thái thiền định.)

Đây là điều khá mâu thuẫn, vì nếu chúng ta thử thay thế chữ "không" (śūnyatā - emptiness) trong đoạn kinh văn trước đó bằng chữ "huyễn ảo" (māyā - illusion) như lập luận của Jayarava đưa ra, thì đoạn văn tiếp theo này - với chữ tánh Không được chính ông thừa nhận và giải thích - sẽ là hoàn toàn lạc lõng, không liền mạch.

Tóm lại, luận cứ của Jayarava về việc Tâm kinh đã bị sửa đổi cũng như cách lập luận về những ý nghĩa sửa đổi trong Kinh văn là hoàn toàn chưa thuyết phục.

5. Kết luận

Trong khi tỏ ra hết sức chặt chẽ và chi ly trong việc phê phán những sai lầm ở bản dịch Tâm kinh sang Anh ngữ của thầy Nhất Hạnh, Jayarava lại không đưa ra đủ các luận cứ thuyết phục để chứng minh cho những quan điểm của ông về Tâm kinh. Sự lúng túng của ông có thể xuất phát từ cách tiếp cận Tâm kinh như một nhà nghiên cứu ngữ nghĩa hơn là một Phật tử hay hành giả Phật giáo, do đó đã không chấp nhận được những cách diễn đạt không theo quy ước thông thường trong văn bản Tâm kinh.

Ngoài ra, khi đọc lại một cách tổng quát toàn bài viết, tôi còn có cảm giác là dường như Jayarava cũng tự biết về những luận cứ thiếu thuyết phục của mình, nên ông đã đưa ra thêm nhiều luận cứ bổ sung khác để cố làm vững hơn quan điểm của mình, chỉ tiếc rằng những luận cứ đó cũng mơ hồ không kém. Chẳng hạn, ông viết: *"We know that the text has been edited in the past. I've given links to examples of this."* (Chúng ta biết rằng Tâm kinh đã bị chỉnh sửa trong quá khứ. Tôi đã từng đưa ra các liên kết với những ví dụ cho điều này.)

Chúng ta không biết được ông đã từng đưa ra các ví dụ nào, nhưng trong khuôn khổ bài viết này thì luận cứ này hoàn toàn không giúp tăng thêm thuyết phục cho quan điểm "Tâm kinh bị sửa đổi". Hoặc như trong đoạn này:

"... not only is each Sanskrit manuscript uniquely different from all the others... ..., but the three versions of the short text Heart Sutra in the Chinese Tripiṭaka are also different from each other in non-trivial ways..."

(...không chỉ là mỗi thủ bản Sanskrit đều khác biệt so với tất cả những bản khác... ..., mà cả ba phiên bản của Tâm kinh lược bản trong Hán tạng cũng khác nhau theo cách đáng kể...)

Bản thân tôi đã đọc qua và so sánh các bản dịch Tâm kinh khác nhau trong Hán tạng, bao gồm các bản dịch của ngài Cưu-ma-la-thập, ngài Bát-nhã (cùng dịch với Lợi Ngôn), ngài Trí Huệ Luân, ngài Pháp Thành (bản Đôn Hoàng) và ngài Huyền Trang. Như vậy cả thảy là 5 bản dịch khác nhau, và tôi có nhận xét hoàn toàn ngược lại, là các bản dịch này giống nhau một cách đáng kể nếu chỉ xét trên phương diện ý nghĩa. Lấy ví dụ, câu kinh được xem như "tâm điểm" của Tâm kinh là *"sắc bất dị không, không bất dị sắc; sắc tức thị không, không tức thị sắc"* đã được dịch hoàn toàn giống nhau ở cả 4 bản, chỉ riêng bản của ngài Trí Huệ Luân diễn đạt khác một chút ở vế sau thành *"thị sắc tức không, thị không tức sắc"* (是色即空，是空即色), có thể nói khác biệt như vậy là hoàn toàn không đáng kể.

Từ góc độ một người Phật tử, tôi hoàn toàn có thể gạt bỏ đi mọi nghi vấn về văn bản hay nguồn gốc hình thành Tâm kinh như Jayarava đã nêu ra, để chỉ đơn thuần tiếp cận với Tâm kinh thông qua những câu chữ hiện có. Và bằng cách đó, đối với tôi thì Tâm kinh, qua bản dịch của ngài Huyền Trang, là một văn bản cực kỳ hoàn chỉnh, súc tích và mạch lạc, với từng câu chữ cũng như ý nghĩa được diễn đạt theo cách không thể thay đổi theo bất kỳ cách nào hay hơn được nữa. Thực tế đứng vững của bản dịch này qua 14 thế kỷ cũng đã đủ để nói lên sự thật ấy.

Vài nhận xét về vấn đề dịch lại Tâm Kinh của thầy Nhất Hạnh

Giáo sư Lê Tự Hỷ

Việc dịch lại Tâm Kinh của Thiền sư Nhất Hạnh tuy theo ý thầy là dành riêng cho các đệ tử của thầy trong Làng Mai khi thầy nói với "các con" của thầy, nhưng vì thầy là một bậc thầy có uy tín rất lớn trong Phật giáo của thế giới, cho nên việc dịch lại đã gây lên sự quan tâm của một số nhà nghiên cứu Phật học.

Tôi nghĩ chúng ta không nên vì tình cảm mà vội khen, chê một cách thiếu cơ sở, mà nên góp ý trên hai vấn đề: Lý do thầy đưa ra để dịch lại Tâm Kinh có chính đáng hay không, và Bản dịch lại có tốt hơn các bản cũ hay không?

Như thế là tôi đã vâng theo lời dạy của đức Phật trong kinh Kālāma: chớ vội tin lời của bất kỳ ai...kể cả lời của ngài, mà phải suy nghiệm, so sánh …, áp dụng rồi mới có thể chấp nhận hay không. Và thật ra, thầy Nhất Hạnh cũng đã làm như thế đối các bậc thầy, tổ của chính thầy khi thầy dịch lại Tâm Kinh. Trong tinh thần đó, và với lòng vô cùng tôn kính thầy Nhất Hạnh, tôi xin nêu ra một số suy nghĩ như sau:

I. Lí do thầy Nhất Hạnh nêu ra để dịch lại Tâm Kinh có chính đáng không?

1. Lí do chính

Tâm Kinh do một vị Bồ tát nói ra, nhưng vị Tổ (nào đó) thiếu khéo léo trong khi biên tập khiến cho hậu thế hiểu sai hơn 2000 năm nay [1].

Nhưng thầy Nhất Hạnh không đưa ra bản gốc chữ Phạn nào của Tâm Kinh mà thầy cho là vị Tổ ấy biên tập thiếu khéo léo. Vì vậy mà học giả Jayarava mới cho rằng thầy Nhất Hạnh chỉ dựa trên bản Hán dịch chứ không dựa trên bản Phạn mà dịch lại [2]. Ông Jayarava cho rằng thầy Nhất Hạnh có nêu ra vài từ Phạn là cốt để đệ tử của thầy và những người khác vững tin ở thầy, chứ thực chất thầy không dùng bản Phạn văn nào cả! Jayarava dẫn chứng là trong bản dịch lại của thầy Nhất Hạnh có câu: "Giác ngộ điều ấy xong, bồ-tát vượt qua được mọi khổ đau ách nạn" (Bản Việt văn); "and with this realisation he overcame all Ill-being" (Bản Anh văn). Theo Jayarava câu "bồ tát vượt qua mọi khổ đau ách nạn" là câu chỉ có trong bản Hán dịch mà không có trong các bản Phạn.

Tôi đã tìm trong 6 bản Hán dịch của Tâm Kinh thì thấy 4 bản: Cưu Ma La Thập (Taishō 250), Huyền Trang (Taishō 251), Lợi Ngôn (Taishō 253) và Trí Tuệ Luân (Taishō 254) có câu "độ nhất thiết khổ ách" là "vượt qua mọi khổ ách", còn 2 bản: Pháp Nguyệt (Taishō 252) và Pháp Thành (Taishō 255) thì không có câu này.

Với các bản Phạn, tôi đã tìm thấy một số như sau:

(1) Những bản Phạn văn xưa nhất trên lá bối tại Nhật bản mà F. Max Muller và Bunyiu Nanjio sưu tầm được và cho xuất bản tại Oxford năm 1884 [3]

(2) Bản Phạn văn do P. L. Vaidya cho in [4]

(3) Bản Phạn văn trong *Thirty Years of Buddhist Studies* của Edward Conze [5]

Trong tất cả những bản Phạn văn này, không có câu Phạn nào ứng với *"độ nhất thiết khổ ách"* cả.

Có thể nào ngài Huyền Trang đã dùng một bản gốc chữ

Phạn khác những bản trên đây? Chúng ta cũng được biết là trên đường đi Tây vực, ngài Huyền Trang đã được một nhà sư ở chùa Không Huệ tại Ích Châu dạy cho bài Tâm Kinh, nhờ tụng bài này mà ngài vượt qua được mọi khổ ách, chướng ngại trong cuộc hành trình gian nan [6] cho nên khi dịch Tâm Kinh ngài đã thêm vào *"độ nhất thiết khổ ách"* để nhấn mạnh cái *"dụng"* của Tâm Kinh?

Cũng nên lưu ý là trước ngài Huyền Trang hơn 200 năm, ngài Cưu Ma La Thập đã dịch Tâm Kinh từ Phạn ra Hán văn (Taishō 250), trong đó có câu *"vượt qua tất cả khổ ách"*. Cho nên rất có thể bản Tâm Kinh mà ngài Huyền Trang được một vị sư dạy tại chùa Không Huệ là bản dịch của Cưu Ma La Thập, đã có sẵn *"vượt qua tất cả khổ ách"* nên về sau ngài dịch, ngài thêm vào.

Nhân đây, một câu hỏi khác được nêu ra: Nhiều bậc thầy đưa từ Ấn Độ qua Trung Quốc nhiều bộ kinh Phật bằng Phạn văn để dịch ra chữ Hán. Chỉ riêng ngài Huyền Trang đã chở về Trung Quốc 74 bộ kinh, dịch ra chữ Hán thành 1335 tập, trong đó có Mahāprajñāpāramitā (Đại Bát Nhã Ba La Mật Đa) gồm 600 tập; Mahāvibhāṣā (Đại Tì Bà Sa) gồm 200 tập; và Yogācārabhūmi (Du Già Sư Địa) gồm 100 tập. v.v… Nhưng tại sao bản dịch thì còn mà bản gốc Phạn thì hầu như mất hết? Phải chăng người Trung Quốc đã cố ý "thủ tiêu bản gốc chữ Phạn" trong tinh thần 'Đại Hán"? Cho rằng Trung Quốc là nhất thiên hạ, các dân tộc xung quanh đều là "man di" mặc dầu nhiều khi phải đi học người ta. Ngay như chữ Phạn dùng viết kinh Phật mà lúc đầu đã từng bị người Trung Quốc xem thường là "Hồ ngữ" là tiếng của "rợ Hồ". Chính vì mất bản gốc Tâm Kinh cũng như rất nhiều bản gốc những Kinh, Luận khác mà ngày ngay các nhà Phật học mới khổ! Câu chuyện thầy Nhất Hạnh dịch lại Tâm Kinh và phản biện của Jayarava cũng do mất bản gốc Tâm Kinh mà ra!

2. Các dẫn chứng của thầy Nhất Hạnh về sự hiểu sai do Tâm Kinh gây ra

Thầy Nhất Hạnh đưa ra 2 thí dụ để dẫn chứng. Trong thí dụ 1, chú tiểu tin Tâm Kinh nên nói rằng *"không có mũi"*. Vị thầy bèn lấy tay vặn mạnh mũi của chú khiến chú đau kêu la, để chứng tỏ *"không có mũi"* là sai. Từ đó thầy Nhất Hạnh kết luận: Bản dịch Tâm Kinh của ngài Huyền Trang không ổn do thiếu vài từ, gây hiểu lầm.

Có thật vậy không? Theo logic thì việc một chú tiểu hiểu sai chữ *"không"* trong Tâm Kinh không chứng minh được bản dịch Tâm Kinh là sai. Ngay cả việc vị thầy *"kéo mũi chú tiểu cho chú đau"* để chứng tỏ *"có mũi"* cũng không chứng minh được vị thầy ấy đã hiểu đúng chữ *"không"* trong Tâm Kinh. Bởi vì sao? Trong Tâm Kinh, các thuật ngữ như *"không"* là đặc ngữ ở tầm rốt ráo (liễu nghĩa, ultimate, Phạn: paramārtha, nitārtha) trong cảnh giới của chư Phật. Trong khi chú tiểu dùng chữ "không" ở tầm qui ước đời thường (không liễu nghĩa, conventional, concealing, Phạn: saṃvṛti, neyārtha). Và ngay cả cái hành động kéo mũi của vị thầy cũng ở tầm qui ước đời thường.

Trong thí dụ 2: Câu *"Chư Bụt ba đời tạm thời bày đặt"* trong bài kệ của Tuệ Trung Thượng Sĩ không có nghĩa là *"Chư Phật ba đời bày đặt nói điều không đúng"* mà chỉ có nghĩa *"chân lí không thể diễn tả được bằng ngôn từ"*, vì dùng ngôn từ là đã dùng khái niệm có sẵn trong đầu, là đã sai chân lí, tức là không có ngôn từ diễn tả đúng được chân lí, cho nên chư Phật ba đời phải mượn tạm ngôn từ để nói về chân lí. Câu tiếp theo *"Không chẳng phải sắc, sắc chẳng phải không"* là một thủ thuật của nhà thiền là dùng câu nói ở tầm qui ước đời thường để *"đấm mạnh"* vào nhà sư khiến nhà sư *"bặt đi"* cái bám víu vào "không" cũng ở tầm qui ước thế gian của nhà sư kia, chứ không có nghĩa Tuệ Trung Thượng Sĩ nói ngược Tâm Kinh ở tầm liễu nghĩa.

Tóm lại, thầy Nhất Hạnh đưa ra 2 thí dụ để kết luận theo qui nạp là bản dịch Tâm Kinh là sai, nhưng theo ý chúng tôi là chưa đủ thuyết phục. Việc "sai" hay "không sai" của Tâm Kinh sẽ được biện giải rõ hơn ở phần dưới đây.

II. Bản dịch lại Tâm Kinh của thầy Nhất Hạnh có tốt hơn các bản dịch cũ hay không?

Ở đây lại gặp vấn đề: thế nào là tốt hơn? Chúng ta có thể tạm nêu ra hai tiêu chuẩn của "tốt hơn": phản ảnh đúng nội dung của bản gốc hơn, và tinh gọn hơn với văn phong thuần Việt hơn và nhuần nhuyễn hơn.

1. Về nội dung

Chính vì thầy Nhất Hạnh không đưa ra bản gốc nào cả cho nên tôi chỉ có thể căn cứ trên bản Hán dịch của ngài Huyền Trang [7] là bản được dùng nhiều nhất tại Trung Quốc, Nhật Bản, Triều Tiên-Đại Hàn và Việt Nam ta, và những bản Phạn [3, 4, 5] đã nêu trên đây để so sánh với bản dịch mới của thầy.

a. Câu đầu

Trong bản Hán dịch của ngài Huyền Trang: *"Quán-Tự-Tại Bồ-Tát hành thâm Bát-nhã Ba-la-mật-đa thời , chiếu kiến ngũ-uẩn giai không , độ nhất thiết khổ ách"* [7]

Trong các bản Phạn "āryāvalokiteśvaro bodhisattvo gambhīrāyāṃ prajñāpāramitāyāṃ caryāṃ caramāṇo vyavalokayati sma: pañca-skadhastāṃśca svabhāva-śūnyān paśyati sma [Edward Conze thì thay "gambhīrāyāṃ prajñāpāramitāyāṃ caryāṃ" bởi từ kép, nên thành: "gambhīrāṃ prajñāpāramitā-caryāṃ"] [5.]

Thầy Nhất Hạnh dịch thành:

"Bồ-tát Avalokiteśvara, trong khi quán chiếu sâu sắc với tuệ giác qua bờ, bỗng khám phá ra rằng tất cả năm uẩn đều trống rỗng, tất cả đều là cái không. Giác ngộ điều ấy xong, bồ-tát vượt qua được mọi khổ đau ách nạn."

Bản tiếng Anh của thầy:

"Avalokiteshvara while practicing deeply with the Insight that Brings Us to the Other Shore, suddenly discovered that all of the five Skandhas are equally empty, and with this realisation he overcame all Ill-being" [1]

Với câu dịch này của thầy Nhất Hạnh, tôi có vài điều xin được phép trình bày.

Thứ nhất: Trong câu Hán văn, các ngài không dịch từ Phạn "prajñāpāramitā" mà phiên âm thành "Bát Nhã Ba La Mật Đa". Vì sao? Bởi vì không phải các ngài không thấu hiểu từ "prajñāpāramitā" mà chính vì quá thấu hiểu, nên các ngài thấy không có từ nào ngắn gọn trong chữ Hán mà có thể chuyển tải được nội hàm của từ "prajñāpāramitā" cho nên đành phải phiên âm. Thầy Nhất Hạnh đã dịch "prajñāpāramitā" thành "Tuệ giác qua bờ". Theo tôi là "không chính xác" bởi vì "prajñāpāramitā" là một từ kép loại "mô tả hạn định" (tatpuruṣa) của hai từ "prajñā" và "pāramitā", cho nên trong từ kép này thì từ thứ 2: "pāramitā" là từ chính, nó là danh từ giống cái, có nghĩa "sự vượt ngưỡng đời thường", "sự làm cho hoàn hảo", "sự vượt qua bờ bên kia"; còn từ thứ 1: "prajñā" là từ phụ, nó là danh từ giống cái, có nghĩa "tuệ giác". Vậy "prajñāpāramitā" là một danh từ giống cái (theo giống của từ thứ 2), có nghĩa "sự làm cho hoàn hảo của tuệ giác" hay "sự làm cho tuệ giác hoàn hảo" hay "sự làm cho qua bờ của tuệ giác" hay "sự làm cho tuệ giác qua bờ". Đây là một quá trình động, một pháp tu chứ không phải là kết quả tĩnh của quá trình ấy là "tuệ giác qua bờ".

Vì vậy, câu chữ Hán *"hành thâm Bát Nhã Ba La Mật Đa"* chính là thực hành "quá trình tu làm cho tuệ giác qua bờ" chứ không phải hành cái kết quả là hành cái "tuệ giác qua bờ". Câu Phạn văn, nói rất rõ: "prajñāpāramitāyāṃ caryāṃ caramāṇo" = "prajñāpāramitāyāṃ caryāṃ caramāṇaḥ" = "đang thực hành các nghi thức trong pháp làm hoàn hảo tuệ giác" hay "đang thực hành quá trình trong pháp làm cho tuệ giác qua bờ"

Thứ hai: Trong bản Phạn văn có 3 động từ: (i) caramāṇaḥ = đang thực hiện (Chủ cách (Nominative) số ít giống đực của Hiện tại phân từ caramāṇa của động từ car (I carati) là thực hành); (ii) vyavalokayati là quan sát kỹ từ trên xuống, soi xét; (iii) paśyati là thấy. Trong bản Hán dịch, ngoài 3 động từ tương ứng: "hành", "chiếu", "kiến" còn thêm động từ thứ 4 là "độ" (vượt qua). Trong bản dịch của thầy Nhất Hạnh, thầy bỏ động từ "hành" mà chỉ có "quán chiếu", "khám phá ra", thầy thêm vào động từ "giác ngộ", và giữ y động từ thứ 4 trong bản Hán dịch "vượt qua". Việc loại bỏ động từ "hành" (đang hành = caramāṇa) đã khiến cho quá trình động là quá trình "đang tu để thực chứng" của vị Bồ Tát "đang thực hành pháp tu làm cho tuệ giác qua bờ" trở thành trạng thái tĩnh, là vị Bồ Tát không tu mà đã có sẵn "tuệ giác qua bờ", (chữ của thầy *"với tuệ giác qua bờ"*). Đây quả là một điều vô cùng đáng tiếc vì làm cho Tâm Kinh mất đi cái quí giá nhất của lời dạy của Bồ Tát *"phải tu mới thực chứng"*, chứ không tu, chỉ nghe kể thì biết là cái biết do người khác nói lại chứ bản thân không thật biết, đây không phải cách tu theo Phật! Hơn nữa, với tuệ giác qua bờ có sẵn thì biết ngay mọi sự chứ cần gì phải "quán chiếu sâu sắc" mới "bỗng khám phá ra". Việc thêm động từ "giác ngộ" với câu "giác ngộ điều ấy xong" có cần thiết không, vì không đưa thêm vào một chút gì mới khi mà trước đó đã *"khám phá ra năm uẩn là không"* tức là đã "ngộ" ra rồi.

Thứ ba: Chữ "thâm" trong câu Hán văn *"hành thâm Bát Nhã Ba La Mật Đa"*, thầy Nhất Hạnh đã dịch thành một trạng từ "sâu sắc" phụ nghĩa cho động từ *"quán chiếu"*. Qua bản tiếng Anh của thầy: *"while practicing deeply with the Insight that Brings Us to the Other Shore"* thầy dịch chữ *"thâm"* thành *"deeply"* là một adverb (trạng từ) phụ nghĩa cho từ *"practicing"*. Điều này so với câu Hán *"hành thâm Bát Nhã Ba La Mật Đa"* cũng đã không "khớp" vì "thâm" ở đây là "tính từ" bổ nghĩa cho danh từ *"Bát Nhã Ba La Mật Đa"* để có nghĩa *"pháp tu làm cho tuệ giác qua bờ là pháp tu thâm sâu"*. Nếu trạng từ thì câu Hán văn ắt phải là *"thâm hành Bát Nhã Ba La Mật Đa"*.

Chúng ta thử xem trong câu Phạn "gambhīrāyāṃ prajñāpāramitāyāṃ caryāṃ caramāṇo", từ gambhīrāyāṃ là Vị trí cách (Locative) số ít giống cái của tính từ "gambhīra", nghĩa là sâu xa, thâm sâu. Nó bổ nghĩa cho prajñāpāramitāyāṃ là Vị trí cách (Locative) số ít giống cái của danh từ giống cái "prajñāpāramitā". Cho nên "gambhīrāyāṃ prajñāpāramitāyāṃ caryāṃ caramāṇo" là "đang (trong khi) thực hành quá trình trong pháp làm cho tuệ giác qua bờ sâu xa".

Như vậy, trong Hán văn cũng như trong Phạn văn thì "sâu xa" là tính từ bổ nghĩa cho danh từ "Bát Nhã Ba La Mật Đa" chứ không phải là "trạng từ" bổ nghĩa cho động từ nào cả.

Đó là chỉ đứng về mặt ngữ nghĩa của câu văn. Còn đối với thực chất, bản chất của vấn đề, ngài đã là bậc Bồ tát, thì một khi ngài "thực hành" một pháp tu nào thì dù ở đâu, lúc nào ngài cũng thực hành với tâm trí như nhau, chứ không thể lúc này ngài thực hành "sâu xa" lúc khác ngài thực hành "cạn"!

Thứ tư: Câu Hán văn: *"chiếu kiến ngũ uẩn giai không"* được thầy Nhất Hạnh dịch thành: *"quán chiếu sâu sắc với tuệ giác qua bờ, bỗng khám phá ra rằng tất cả năm uẩn đều trống rỗng, tất cả đều là cái không"*. Câu Phạn văn tương ứng: "vyavalokayati sma : pañca-skadhastāṃśca svabhāva-śūnyān paśyati sma".

Các bậc thầy như Hòa thượng Thích Trí Thủ [7], Hòa thượng Thích Thanh Từ [8] dịch *"chiếu kiến ngũ uẩn giai không"* thành *"soi thấy năm uẩn đều không"*. Qua câu Phạn "vyavalokayati sma : pañca-skadhastāṃśca svabhāva-śūnyān paśyati sma" có nghĩa *"ngài đã soi (xem xét kỹ) năm uẩn và đã thấy chúng không có tự tính"* hay *"ngài đã soi năm uẩn và đã thấy tự tính của chúng là không"*. Trong câu này, tính từ "śūnya" nghĩa là "không", danh từ "svabhāva", nghĩa là tự tính, bản chất riêng. Cho nên từ "không" trong câu Hán văn, ứng tính từ Phạn "śūnya" và từ Anh "empty" là một đặc ngữ dùng ở tầm liễu nghĩa (ultimate, paramārtha, nitārtha), với nội hàm là "không có tự tính". Qua danh từ trong Hán văn là "không", trong Phạn là "śūnyatā", Anh là "emptiness" với nội hàm là "sự không có tự tính". "śūnyatā" = "sự không có tự tính" đã được ngài Nāgārjuna (Long Thọ) triển khai trong tác phẩm Madhyamakaśāstra (Trung Quán Luận) mà chúng ta có thể hiểu một cách đơn giản: "śūnyatā" = "sự không có tự tính" tương đương với "pratīyasamutpāda" = "tính duyên khởi", nghĩa là mọi sự vật do nhân duyên hòa hợp mà thành chứ không tự có. Vậy để cho đơn giản, chúng ta có thể nói "sự không có tự tính" là "sự không tự có", cho nên thuật ngữ "không" ở đây có thể hiểu là "không tự có"

Như vậy "không" trong câu Hán văn, "śūnya" trong câu Phạn không phải là không có gì cả, mà có thể có những thứ gì đó nhưng không có tự tính, hay không tự có. Vậy không thể dịch thành "trống rỗng" như thầy Nhất Hạnh. Vì tính từ "trống rỗng" có nghĩa "bên trong không có gì cả", thì không đúng với đặc ngữ Hán "không" hay Phạn "śūnya" trong văn cảnh diễn tả ở tầm mức liễu nghĩa này là "không tự có".

b. Câu mà thầy Nhất Hạnh cho là thiếu từ nên thêm các từ "có có", "có không"

Câu Hán văn: "Xá-Lợi-Tử! thị chư pháp không tướng, bất sinh , bất diệt, bất cấu , bất tịnh, bất tăng , bất giảm". Câu Phạn văn tương ứng: "iha śāriputra sarva-dharmāḥ śūnyatālakṣaṇā anutpannā aniruddhā amalā avimalā anūnā aparipūṇāḥ [P. L Vidya thay "avimalā" bởi "na vimalā" và "anūnā aparipūṇāḥ" bởi "nonā na paripūṇāḥ" [4].

Thầy Nhất Hạnh dịch thành: *"Này Śāriputra, tất cả mọi hiện tượng đều mang theo tướng không, không hiện tượng nào thực sự có sinh, có diệt, có có, có không, có dơ, có sạch, có thêm và có bớt."* Câu tiếng Anh của thầy: *"Listen Sariputra, all phenomena bear the mark of Emptiness; their true nature is the nature of no Birth no Death, no Being no Non-being, no Defilement no Immaculacy, no Increasing no Decreasing."*

Để hiểu câu này, phải hiểu thuật ngữ "không tướng" (Hán văn), dịch qua Việt thành "tướng không". Nếu chỉ căn cứ vào "không tướng" và "tướng không" thì sẽ không hiểu được các ngài muốn nói gì. Cần xem câu Phạn văn: sarva-dharmāḥ śūnyatālakṣaṇā anutpannā aniruddhā amalā avimalā anūnā aparipūṇāḥ" = "sarva-dharmāḥ śūnyatā-lakṣaṇāḥ anutpannāḥ aniruddhāḥ amalāḥ avimalāḥ anūnāḥ aparipūṇāḥ". Trong câu này, śūnyatā-lakṣaṇāḥ là Chủ cách (Nominative) số nhiều giống đực của tính từ śūnyatā-lakṣaṇa, nó là một từ kép bahuvrīhi (từ kép ngoài), "śūnyatā-lakṣaṇa" có nghĩa "có/ (với/mà) đặc tính là sự không có tự tính", nói gọn *"có đặc tính không có tự tính"* hay *"đặc trưng bởi không có tự tính"* hay *"có đặc tính không tự có"* (having the character of emptiness, marked by (/with) emptiness, characterized by emptiness). Đó là ý nghĩa của *"có tính không"*. Như vậy các ngài dùng từ *"có tướng không"* để nói nghĩa *"có tính không"*, tức *"có đặc tính không có tự tính"*, *"có đặc tính không tự có"*; và do đó: *"tướng không"* tức là *"tính không"* là *"đặc tính không có tự tính"* hay *"đặc tính không tự có"*.

Theo đó câu Phạn: "iha śāriputra sarva-dharmāḥ śūnyatālakṣaṇā anutpannā aniruddhā amalā avimalā anūnā aparipūṇāḥ" có nghĩa *"Này Xá Lợi Phất, tất cả các pháp đều có đặc tính không có tự tính, không tự sinh, không tự diệt, không tự dơ, không tự sạch, không tự thiếu, không tự đủ"*. Ở đây, theo tôi chữ *"không tự"* là vô cùng quan trọng vì nó nói lên ý nghĩa rất rõ của duyên khởi, mọi sự vật đều do duyên hợp mà thành. Bản dịch nào không có chữ *"không tự"* thì chưa đủ nghĩa.

So với câu dịch của thầy Nhất Hạnh: "Này Śāriputra, tất cả mọi hiện tượng đều mang theo tướng không, không hiện tượng nào thực sự có sinh, có diệt, có có, có không, có dơ, có sạch, có thêm và có bớt", tôi thấy nổi lên 2 vấn đề:

(1) Phần câu của thầy: (*) "không hiện tượng nào thực sự có sinh, có diệt, có có, có không, có dơ, có sạch, có thêm và có bớt" thì hoàn toàn đồng nghĩa với: (**) "mọi hiện tượng thực sự không sinh, không diệt, không có, không không, không dơ, không sạch, không thêm, không bớt"

Vậy tại sao thầy không dùng câu (**) với dạng "A không B" là dạng đơn giản và sát với câu Phạn hơn, mà thầy lại dùng câu (*) với dạng "không A có B", tức dạng phủ định (của phủ định) là dạng phức tạp và xa với câu Phạn?

Các Ý Kiến Xoay Quanh Việc Dịch Mới

Chúng ta biết trong triết học Phật giáo có lí thuyết "apoha" (Phạn, có nghĩa lý thuyết loại trừ) thường được dùng để xác định một phạm trù P: vì không thể dùng ngôn từ để diễn tả trực tiếp P được cho nên dùng cách gián tiếp nói rằng đó là cái không (không P). Chẳng hạn không thể dùng ngôn từ ngắn gọn nào để định nghĩa được khái niệm "con bò", nhưng có thể chỉ ra những cái không phải "con bò", rồi mới nói "con bò" là khái niệm còn lại sau khi đã loại trừ đi những cái không phải "con bò". Nhưng ở đây không phải trường hợp như thế, vì trong câu (**) đã có "không" cho từng cặp khái niệm đối nghịch nhau (sinh, diệt), (dơ, sạch), (thêm, bớt), nghĩa là câu ban đầu đã dùng "apoha" rồi

(2) Trong câu Phạn có 3 cặp (sinh, diệt), (dơ, sạch), (thiếu, đủ). Thầy Nhất Hạnh thêm một cặp (có, không). Việc này có đưa đến cái gì mới trong nội dung không? Hãy xem lại câu dịch của thầy:

"Này Śāriputra, tất cả mọi hiện tượng đều mang theo tướng không, không hiện tượng nào thực sự có sinh, có diệt, có có, có không, có dơ, có sạch, có thêm và có bớt" hay tương đương với: "Này Śāriputra, tất cả mọi hiện tượng đều mang theo tướng không, mọi hiện tượng thực sự không sinh, không diệt, không có, không không, không dơ, không sạch, không thêm và không bớt".

Tôi nghĩ "không có" đã hàm chứa trong "không sinh"; và "không không" đã hàm chứa trong "không diệt". Cặp *"không có"*, *"không không"* cũng đã hàm chứa trong "đều mang theo tướng không" theo cách dịch của thầy, bởi *"mang theo tướng không"* chính là *"không có tự tính"* như tôi đã dịch thành: "Này Xá Lợi Phất, tất cả các pháp đều có đặc tính không có tự tính, không tự sinh, không tự diệt, không tự dơ, không tự sạch, không tự thiếu, không tự đủ."

Như vậy, tôi nghĩ việc thêm vào cặp (có, không) của thầy Nhất Hạnh đã không đưa thêm ý mới gì, mà làm câu dài hơn. Có lẽ nào thầy nghĩ đến "bất bát" của ngài Long Thọ mà thêm vào 2 cái (có, không) nữa cho đủ 8 cái? Nhưng ở đây Tâm Kinh chỉ nói về "tính không" tức "duyên khởi", về "sự không tự có" của các pháp chứ không nói về "bất bát" của một hiện tượng.

c. Câu mà thầy Nhất Nhất Hạnh cho là gây mâu thuẫn với các câu trên

Câu Hán văn của ngài Huyền Trang: *"Thị cố không trung vô sắc, vô thọ , tưởng , hành , thức, vô nhãn , nhĩ , tỷ thiệt , thân , ý ; vô sắc ,thanh , hương , vị ,xúc , pháp."*

Câu Phạn văn: "tasmācchāriputra śūnyatāyāṃ na rūpaṃ na vedanā na saṃjñā na saṃskārā na vijñānaṃ na cakṣuḥ-śrotra-ghrāṇa-jihvā-kāya-manāṃsi na rūpa-śabda-gandharasa-spraṣṭavya-dharmāḥ ..."

Những từ quan trọng nhất cần phải hiểu thấu đáo trong câu này mới có thể hiểu ý nghĩa được câu Phạn văn này trong Tâm Kinh, đó là "śūnyatāyāṃ" và "na". śūnyatāyāṃ là Vị trí cách (Locative) số ít giống cái của "śūnyatā". Mà "śūnyatā" = "không" = "sự không có tự tính" = "sự không tự có" = "sự do nhân duyên hòa hợp mà thành". Cho nên "không" ở đây không phải là "một vật", nó là một tính chất, nó không chiếm một phần nào trong không gian nào cả. Vị trí cách ở đây không phải để chỉ "nơi chốn" vì bản thân "śūnyatā" = "không" không chiếm một phần nào trong không gian cả. Vị trí cách ở đây không phải chỉ vị trí trong không gian mà để diễn tả một tình huống (situation) trong đó cái gì đang xảy ra, cho nên có nghĩa như "khi, trong khi, trong trường hợp ..."

Lưu ý rằng trong đoạn trên, Bồ tát Avalokiteśvara (Quán

Tự Tại) đã dạy "mọi sự vật" (tất cả các pháp) đều không có tự tính, đều không tự có, mà do nhân duyên hòa hợp mới thành. Còn đoạn này là Bồ Tát dạy cách tu làm sao cho trực nhận, cho thực chứng điều đó, chứ không phải nghe dạy như thế mà học thuộc lòng thì không thể nào thực chứng được. Cho nên các từ "na" = "không" theo sau ở đây có nghĩa là "không trụ vào, không bám vào, không căn cứ vào..." Vì vậy câu Phạn văn trên có nghĩa:

"Cho nên, Xá Lợi Phất, trong khi tu để nhận ra tướng không của các pháp thì không bám víu vào các khái niệm sắc, thọ, tưởng, hành, thức, mắt, tai, mũi, lưỡi, thân, ý, sắc, thanh, hương, vị, xúc, pháp..."

Nhưng nếu dịch śūnyatāyām thành "trong cái không" (như thầy Nhất Hạnh) hay "trong tướng không" như quí ngài Trí Thủ hay Thanh Từ mà không kèm theo giải thích thì rất dễ gây hiểu lầm là *"cái không", "tướng không"* chiếm một phần trong không gian, và đang nói tới *"phần bên trong cái phần trong không gian ấy"* là không đúng, sẽ gây mâu thuẫn.

Có lẽ vì dịch thành *"trong cái không"* theo nghĩa không gian cho nên thầy Nhất Hạnh nhận ra cái mâu thuẫn với ý của câu trên khi dịch những chữ "na" theo sau thành "không có". Vì vậy, vẫn giữ ý nghĩa "trong cái không" theo nghĩa không gian mà thầy Nhất Hạnh đã né không dịch trực tiếp một loạt chữ "na" thành "không có" bằng cách chuyển ý "không có" này để dịch thành *"không có mặt như những thực tại riêng biệt"* trong câu dịch lại của thầy:

"Chính vì vậy mà trong cái không, năm uẩn là hình hài, cảm thọ, tri giác, tâm hành và nhận thức đều không có mặt như những thực tại riêng biệt. Mười tám lĩnh vực hiện tượng là sáu căn, sáu trần và sáu thức cũng đều không có mặt như những thực tại riêng biệt; mười hai khoen nhân duyên cùng

sự chấm dứt của chúng, bốn đế là khổ, tập, diệt và đạo cũng không có mặt như những thực tại riêng biệt; tuệ giác và chứng đắc cũng đều như thế."

Qua tiếng Anh của thầy:

"That is why in Emptiness, Body, Feelings, Perceptions, Mental Formations and Consciousness are not separate self entities. The Eighteen Realms of Phenomena which are the six Sense Organs, the six Sense Objects, and the six Consciousnesses are also not separate self entities. The Twelve Links of Interdependent Arising and their Extinction are also not separate self entities. Ill-being, the Causes of Ill-being, the End of Ill-being, the Path, insight and attainment, are also not separate self entities."

Việc dịch ra câu này của thầy Nhất Hạnh, ngoài việc khiến người đọc nghĩ *"cái không"* chiếm một phần trong không gian, còn chuyển *"lời dạy về cách tu"* của Bồ tát thành câu mô tả với ý *"mọi cái từ sắc, thọ, tưởng, …, ý thức giới" "đều không có mặt như những thực tại riêng biệt"*. Mà ý này thì Bồ Tát đã dạy ở đoạn trên rồi! Đó là mọi hiện tượng đều không tự có như tôi đã nêu ra. Tâm kinh vô cùng súc tích thì đoạn dưới không thể trùng lắp ý với đoạn trên.

2. Về văn phong

Tâm Kinh là bài kinh để tụng hằng ngày giúp nhận ra, trực nhận, thực chứng tính không của vạn pháp, bằng cách tu để đưa tuệ giác vượt qua bờ. Vì vậy cần súc tích, ngắn gọn để người học dễ thuộc, dễ nhớ. Ngài Huyền Trang dịch thành 260 chữ, các ngài Trí Thủ, Thanh Từ dịch rất súc tích, ngắn gọn thành khoảng 283 chữ. Thầy Nhất Hạnh dịch thành dài hơn gồm khoảng 363 chữ do thầy đưa thêm vào các giới từ, trạng từ và có một số chỗ lặp ý.

Thầy Nhất Hạnh cố ý Việt hóa như thầy dùng từ Bụt thay cho Phật, nhưng so ra trong bản dịch lại của thầy thì có cả 3 thứ chữ: chữ Việt, chữ Phạn (với hai từ Avalokiteśvara và Śāriputra), chữ Hán việt như các thầy khác còn đặc biệt thầy dùng từ "đế" trong "bốn đế".

Kết luận

Theo nhận xét của tôi:

(1) Thầy Nhất Hạnh đã việt hóa từ Phạn "prajñāpāramitā" thành "tuệ giác qua bờ" mà tôi đã biện giải là không chính xác bởi vì "prajñāpāramitā" là một "pháp tu làm cho tuệ giác qua bờ" chứ không phải "tuệ giác qua bờ".

(2) Thầy đã bỏ qua chữ "hành" (caramāṇa) trong Tâm Kinh, khiến lời dạy "phải tu" pháp "làm tuệ giác vượt qua bờ " của Bồ tát mới có ngộ được "năm uẩn đều không" trở thành "không tu" mà đã có sẵn "tuệ giác qua bờ".

(3) Thầy cho rằng Tâm Kinh cũ thiếu cặp (có, không) nên thầy đã thêm vào. Nhưng tôi đã biện giải là "không thiếu" thêm vào là "dư".

(4) Thầy đã khiến người học hiểu "không", "cái không", "tướng không" là cái chiếm một phần trong không gian, và từ đó thầy cho rằng Tâm Kinh cũ chứa mâu thuẫn. Tôi đã biện giải là Tâm Kinh cũ không mâu thuẫn.

(5) Vì cho rằng Tâm Kinh cũ chứa mâu thuẫn nên để tránh cái mâu thuẫn ấy, thầy đã đổi ý câu văn trong Tâm Kinh cũ, khiến cho một đoạn trong Tâm Kinh lặp lại ý của đoạn trên.

(6) Bản dịch của thầy chứa nhiều giới từ, trạng từ và một vài chỗ lặp ý nên dài hơn những bản dịch cũ.

Tài liệu tham khảo

1. HT. Thích Nhất Hạnh dịch, Bản Dịch Tâm Kinh Mới Bằng Văn Trường Hàng, https://thuvienhoasen.org/a21491/tam-kinh-tue-giac-qua-bo

2. Jayarava Attwood, http://jayarava.blogspot.co.uk/p/about-jayaravas-raves.html; Phê bình Thích Nhất Hạnh đã biến đổi Tâm kinh (Việt dịch bởi Phước Nguyên, https://thuvienhoasen.org/a28848/jayarava-phe-binh-thich-nhat-hanh-da-bien-doi-tam-kinh)

3. F. Max Muller & Bunyiu Nanjio, The Ancient Palm-Leaves: Containing The Pragna-Paramita-Hridya-Sutra And The Ushnisha- Vigaya-Dharani, pp. 17-22; 27-30; 48-59

4. P.L Vaidya, Mahāyāna-sūtra-saṅgraha I, The Mithila Institute, Darbhanga, 1961, Ấn Độ, năm 1961

5. Edward Conze, Thirty Years of Buddhist Studies, Munshiram Manoharlal, New Delhi, 2000 pp. 148-167

6. Tuệ Sỹ, Dẫn vào Tâm Kinh Bát Nhã, https://thuvienhoasen.org/a23445/dan-vao-tam-kinh-bat-nha

7. Tâm Như Trí Thủ, Tâm Kinh Bát Nhã Ba La Mật Đa, http://tuvienquangduc.com.au/kinhdien/kinhbatnha.html

8. H.T. Thích Thanh Từ, Nghi Thức Sám Hối Sáu Căn & Tam qui Ngũ Giới, Thiền Viện Trúc Lâm, 1999

Về các bài phê bình bản dịch mới Tâm kinh của Thiền sư Thích Nhất Hạnh

Bác sĩ Trịnh Đình Hỷ
(Olivet, Pháp quốc)

Năm 2014, Thiền sư Thích Nhất Hạnh (TNH) đã cho đăng trên mạng một Bản dịch mới Tâm Kinh của Thầy, sang tiếng Việt (1) và tiếng Anh (2), bản tiếng Việt bằng văn xuôi và theo kệ 5 chữ, và cả hai kèm theo một đoạn giải thích *"Lý do tại sao phải dịch lại Tâm Kinh".*

Việc này đã gây nên một số phản ứng, với chủ yếu 3 bài phê bình và nhận xét được đăng trên mạng, của Nguyễn Minh Tiến (NMT)(3), Jayarava Attwood (JA)(4), và Lê Tự Hỷ (LTH)(5). Điều đó chứng tỏ sự quan tâm đặc biệt vào bài Kinh này bởi các Phật tử và các nhà Phật học, và theo tôi tự nó là một điều đáng mừng và nên khuyến khích. Kinh Phật không phải chỉ để tụng niệm, đóng khung trưng bày hay giữ trong tủ sách, mà phải được suy ngẫm, tìm hiểu sâu về ý nghĩa cũng như lịch sử của chúng.

Tuy nhiên, đọc xong các bài phê bình và nhận xét này, tôi không khỏi thất vọng về chất lượng, chiều sâu cũng như tầm nhìn của chúng, bởi vì phần lớn đặt nặng vào hình thức hơn vào nội dung, và luẩn quẩn trong các chi tiết nhỏ nhặt, các lập luận phức tạp về ngôn ngữ, mà không thấu hiểu dụng tâm của tác giả, cũng như những khó khăn gặp phải mỗi khi đọc và dịch Tâm Kinh.

Về bài phê bình của Jayarava Attwood: "Những thay đổi về Tâm Kinh của TNH" (4)

Bài phê bình của JA theo tôi có hai đặc điểm:

1. Thứ nhất, sự chỉ trích Bản dịch của TNH nói chung rất nặng nề, điều ít khi thấy nơi các nhà nghiên cứu Phật học nghiêm chỉnh. Ông cho rằng bản dịch này "không có gì sâu xa và hay đẹp cả", "không hay lắm", "kém sáng sủa", "gần như mỗi câu bị hủy hoại (mangled) ít nhiều", và "thật là tồi tệ, kinh khủng (awful)" (chữ awful được nhắc đến hai lần). Phải nói là trong bản dịch bài của ông sang tiếng Việt bởi Phước Nguyên (6), có những từ dùng còn thậm tệ hơn nữa: "huênh hoang và dị hợm" (turgid and peculiar), "ngông cuồng tự đại" (vanity) (đây là nói về các bản dịch Tâm Kinh mới nói chung)...

Nhưng JA không những chỉ trích bản dịch này, mà còn bao nhiêu bản dịch mới khác, mà ông cho rằng "đa số rất tồi tệ" (mostly awful), "thúc đẩy bởi sự kiêu mạn hoặc ý muốn xác lập uy tín của mình như một 'thiền sư'". Ngay cả bản dịch của Edward Conze (EC), nhà Phật học đã nghiên cứu sâu nhất về Kinh Bát Nhã, JA cũng cho là sai vì bị lỗi văn phạm sanskrit!(7) Theo tôi, thái độ chỉ trích khe khắt này có thể là do chính JA "có vấn đề" với Tâm Kinh; chúng ta sẽ trở lại việc này sau.

2. Thứ nhì, JA đặt nặng vào các điểm "kỹ thuật", và lý luận chủ yếu về ngôn ngữ học (linguistics) là một môn mà ông đã "tự học (autodidact), cũng như các môn lịch sử và tôn giáo". Phần lớn các chỉ trích của ông là về cách dịch bài Kinh từ tiếng sanskrit, và đưa ra nhiều luận cứ về cách dùng từ và văn phạm mà ông cho là sai. Nhưng JA lại vấp phải một mâu thuẫn lớn: ông trách TNH chỉ dịch từ bản tiếng Hán chứ không phải từ bản tiếng sanskrit, đồng thời ông cũng hoàn

toàn đồng ý với thuyết của Jan Nattier (JN)(8), tức là Tâm Kinh là một tác phẩm được biên tập tại Trung quốc bằng tiếng Hán, và dịch ngược lại sang tiếng sanskrit. Như vậy thì dịch Tâm Kinh từ bản tiếng Hán có gì là đáng trách? Và liệu có cần gì lý luận dài giòng về cách dịch tiếng sanskrit trên Bản dịch mới này?

Điều mà JA thường nhắc lại và cũng là tên của bài viết của ông, là "TNH đã thay đổi Tâm Kinh": *"Ông không chỉ dịch văn bản như một quan sát viên trung lập, mà cố tình sửa đổi văn bản để chắc chắn có một cách đọc phù hợp với quan điểm của ông về đạo Phật."*

Nhưng JA thừa biết rằng dịch Kinh Phật là một công trình vô cùng khó khăn, tế nhị, và chính ông cũng công nhận rằng "Tâm Kinh là một loại thuật ngữ thu thất lại khó hiểu, và không phải là dễ dịch". Theo Edward Conze, "dịch sát Prajñāpāramitā, từng chữ một, sẽ làm cho người đọc rất mệt mỏi và gần như không thể hiểu được, nếu không có bản gốc tiếng sanskrit trước mắt. Nếu có trường hợp nào mà từ ngữ giết chết tinh thần, đó chính là ở đây. Kinh được dùng để ghi nhớ, và bản dịch để được đọc. (...) Những bài sâu xa này sẽ khó lòng hiểu được nếu không có luận giải kèm theo" (9). Như vậy thì, đối với EC cũng như TNH, dịch Bát Nhã, Tâm Kinh không thể tránh được bao gồm một sự luận giải, diễn giải (interpretation), với mục đích "làm sáng tỏ ý nghĩa của Kinh, đồng thời giữ sát với văn bản gốc" (9). Và TNH cũng đã công nhận là "trong bản dịch mới này, Thầy đã đổi luôn cách dùng chữ trong nguyên văn tiếng Phạn và bản dịch chữ Hán của Thầy Huyền Trang" (1). Nhưng nói rằng TNH qua Bản dịch mới đã thay đổi, làm sai lệch ý nghĩa của Tâm Kinh, thì thực sự là quá đáng!

JA còn chỉ trích TNH, cũng như các dịch giả khác, đã "gợi ý rằng Tâm Kinh là thể thơ bằng cách sắp đặt nó như một bài thơ", trong khi nó chỉ là một bài văn xuôi. Ai cũng biết điều đó, nhưng nếu JA biết rõ hơn về truyền thống Phật giáo, thì ông cũng sẽ hiểu rằng Kinh Phật được dùng để ghi nhớ, tụng niệm, và thể thơ, bằng các câu kệ (gāthā), bao giờ cũng dễ ghi nhớ hơn là văn xuôi. Theo nhà Phật học Fukui Fumimasa, Tâm Kinh đã được biên soạn, không phải như một bài Kinh cô đọng lại cốt tủy của bộ Kinh Bát Nhã như người ta thường nói, nhưng như một bài đà-la-ni (dhāraṇī) dùng để tụng niệm trong các buổi nghi lễ tại các chùa Đại Thừa (10). Như vậy, "Bản dịch Tâm Kinh mới theo kệ 5 chữ" của TNH là một cách tiện lợi để ghi nhớ và tụng niệm, cũng như Kinh Kim Cương (Vajracchedikā Prajñāpāramitā Sūtra) đã được dịch theo kệ 4 chữ bởi HT Thích Trí Quang.

Trong bài phê bình, JA lần lượt chỉ trích bản dịch của TNH trên một số từ, vì lý do theo ông, dịch từ tiếng Hán, thay vì tiếng sanskrit.

Đầu tiên, trong câu mở đầu: "Bồ-tát Avalokiteśvara... vượt qua được mọi khổ đau ách nạn", ông cho rằng:

- Từ "sâu" (thâm, 深, gambhīra) không phải là một trạng từ mà là một tính từ gắn liền với prajñāpāramitā, do đó phải dịch là "practicing in the profound Perfection of Wisdom" mới đúng. Không có gì để nói.

- Ông không đồng ý với cách dịch prajñāpāramitā bằng "tuệ giác qua bờ" (the insight that brings us to the other shore), thay vì "trí tuệ siêu việt" (perfection of wisdom) như thường dịch. Theo ông, "insight" là từ thường dùng cho vipaśyanā, chứ không phải cho prajñā (mặc dù một số tác giả, như Damien Keown, trong cuốn Oxford's Buddhist dictionary, vẫn dịch prajñāpāramitā là "perfection of insight"). Ai cũng biết rằng prajñā là một từ khó dịch, cho nên đa số các dịch giả vẫn giữ phiên âm là Bát Nhã, đồng thời cố gắng giải thích thêm cho rõ nghĩa. Theo tôi, khi dịch prajñāpāramitā bằng "tuệ giác qua bờ", TNH muốn diễn giải cho rõ nghĩa hơn: prajñā là "tuệ giác", và pāramitā là "qua - bên kia" (Hán-Việt là "đáo bỉ ngạn"). Điều này cũng phù hợp với ý nghĩa của câu chú "Gate gate pāragate pārasaṃgate bodhi svāhā" (Đi qua, đi qua, đi qua bên kia, đi qua hoàn toàn bên kia, giác ngộ rồi a!), mà tất cả các dịch giả đều giữ dưới dạng phiên âm mà không dịch.

Tuy nhiên theo đa số các nhà Phật học, nếu dịch prajñāpāramitā theo từng chữ (litterally) thì là "vượt qua - trí tuệ" (beyond wisdom), theo nghĩa "trí tuệ vượt qua trí tuệ thông thường (là trí tuệ dùng sự phân tích các hiện tượng, của Abhidhamma)" (the wisdom beyond ordinary wisdom). Trong trường hợp đó, giữ "trí tuệ siêu việt" có lẽ là hay nhất.

- Từ "bỗng" (suddenly) cũng không có lý do có mặt, vì "thời, 時" chỉ có nghĩa là "trong khi". Không có gì để nói.

- TNH dùng từ "bằng nhau" (equally) trong khi "giai", 皆 chỉ có nghĩa là "tất cả" (Hán-Việt: ngũ uẩn giai không). Thật ra chỉ có bản dịch tiếng Anh mới có chữ equally, còn bản tiếng Việt vẫn là tất cả.

- JA trách TNH đã thay đổi từ "sufferings" (duḥkha, khổ ách, 苦厄) thành "ill-being", đối với ông là một từ "đặc Mỹ (Americanism) và một cách diễn tả rất xấu (an ugly expression)". Nhưng ở đây TNH đã muốn diễn giải ý nghĩa rộng của duḥkha, cũng như từ Pháp "mal-être", và điều đó không có gì đáng chỉ trích.

Sau đó tới phần chính của bài Kinh, JA phê bình:

- TNH đã đảo ngược lại thứ tự hai câu đầu, thành: "Sắc chính là không, không chính là sắc" (rūpam śūnyatā śūnyataiva rūpam), rồi mới "Sắc chẳng khác không, không chẳng khác sắc" (rūpan na pṛthak śūnyatā śūnyatayā na pṛthag rūpam). Tuy nhiên, trình bày như vậy là theo kiểu Tây phương, xác định trước, phủ định sau, như trong các bản dịch tiếng Anh: *"Form is emptiness, emptiness is form. Form is not distinct from emptiness, emptiness is not distinct from form."* Đâu có gì là quan trọng?

- TNH dịch "rūpa" (sắc) là "hình hài" (body), thay vì từ "sắc" (form) vẫn dùng xưa nay. Nhưng ở đây "sắc" là một trong trong năm "uẩn", là thể xác (corporeity) của con người, cho nên TNH dùng chữ "hình hài" để cho rõ nghĩa hơn. Nếu không, người ta vẫn quen đọc "Form is emptiness, emptiness is form", mà không hiểu được gì, vì "form" nghĩa rộng quá!

Thật ra, những lời phê bình này đều nhằm vào những chi tiết nhỏ nhặt, những điểm không quan trọng, "chẻ sợi tóc ra làm tư" mà không nhìn thấy cái chính, tức là cái đầu ở đâu!

Điều mới mẻ và đặc sắc của "Bản dịch Tâm Kinh mới" của TNH nằm ở sự thay đổi bất ngờ của những câu sau. Bằng hai câu chuyện mở đầu (chú sa-di bị véo mũi, và bài kệ của Tuệ Trung Thượng sĩ), tác giả đã giải thích rõ ràng vì sao nếu nói rằng "tánh không (śūnyata) là không có…" sẽ dẫn tới một sự hiểu lầm tai hại: "Cái lỗi không nằm ở công thức "sắc tức thị không" mà nằm ở chỗ vụng về nơi câu "Thị cố không trung vô sắc…"" (1). Vì vậy cho nên Thầy đã cố tình thay đổi hoàn toàn câu: "Này Śāriputra, vì thế mà trong cái không, không có hình hài, cảm thọ, tri giác, tâm hành và nhận thức" bằng: "Chính vì vậy mà trong cái không, năm uẩn là hình hài, cảm thọ, tri giác, tâm hành và nhận thức đều không có mặt như những thực thể riêng biệt". Cũng như vậy, "sáu căn, sáu trần, sáu thức, mười hai nhân duyên, khổ, tập, diệt, đạo, tuệ giác và chứng đắc đều không có mặt như những thực thể riêng biệt". Từ "không" được thay thế bằng cụm từ "không có mặt như một thực thể riêng biệt".

Sự khác biệt giữa JA và TNH là: đối với TNH, câu "trong cái không, không có hình hài…" (śūnyatayāṃ na rūpaṃ…) không có lỗi, không sai lầm, nhưng chỉ là một sự thiếu khéo léo của người xưa trong cách sử dụng ngôn từ, trong khi đối với JA đó là một sai lầm, một mâu thuẫn lớn trong Tâm Kinh. Ông cho biết điều này đã dằn vặt ông từ lâu, và được ông tìm cách giải quyết bằng cách thay từ śūnyata bằng từ māyā, (huyễn ảo, hư vọng). Thật ra khái niệm này không hẳn đồng nghĩa với śūnyata, và đã có mặt từ lâu trong các Kinh Bát Nhã sớm, như Kinh Kim Cương (Vajracchedikā Prajñāpāramitā): *"Phàm sở hữu tướng, giai thị hư vọng"*, *"Nhất thiết hữu vi pháp, như mộng huyễn bào ảnh, như lộ diệc như điện…"*

JA còn đề nghị trạng thái "không" (state of emptiness) như một trạng thái thiền định mà trong đó không có một kinh nghiệm nào nảy lên. Có thể ông nghĩ đến lời dạy của đức Phật trong Kinh pali Cula-suññata (11). An trú trong "tánh không" là không cảm nhận thấy những gì không có mặt, và chỉ cảm nhận thấy những gì có mặt trong hiện tại, và như vậy đồng nghĩa với chánh niệm (samma-sati). Tuy nhiên, kinh nghiệm thiền định và khoa học thần kinh cho thấy không bao giờ có trạng thái "trống không", không có một kinh nghiệm nào nảy lên; nói một cách khác, trừ khi ngủ say (không mơ) hay trong coma sâu, người ta lúc nào cũng có kinh nghiệm sống…

Rốt cục, tôi tự hỏi phải chăng JA đã hi vọng tìm thấy ở Bản dịch mới của TNH một sự đồng cảm về mâu thuẫn trong Kinh, nhưng đã thất vọng khi thấy TNH chỉ thay đổi Bản dịch ở một vài đoạn Kinh cho khéo hơn, và ngừng lại ở đó?

Tóm lại theo thiển ý, bài phê bình này của JA, tuy phong phú, nhưng đặt nặng vào hình thức, ngôn ngữ học, đi vào chi tiết vụn vặt, trong khi nội dung triết học thì lại thiếu chiều sâu và linh hoạt, và nói chung không soi sáng được gì thêm cho người đọc. Tác giả có thể viết hơn 30 bài tiểu luận về

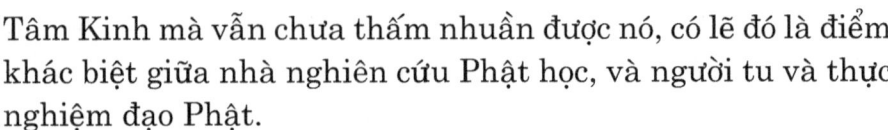

Tâm Kinh mà vẫn chưa thấm nhuần được nó, có lẽ đó là điểm khác biệt giữa nhà nghiên cứu Phật học, và người tu và thực nghiệm đạo Phật.

Về bài của Lê Tự Hỷ "Vài nhận xét về vấn đề dịch lại Tâm Kinh của Thầy Nhất Hạnh" (5)

Bài này lời lẽ từ tốn hơn nhiều, đề cao tinh thần suy nghiệm, phê phán của Kinh Kalama, và đưa ra một số nhận xét về vấn đề dịch lại Tâm Kinh, *"với lòng vô cùng tôn kính thầy Nhất Hạnh".*

Ngay từ ban đầu, tác giả đã đặt ra hai câu hỏi rất chí lý: *"Lý do thầy Nhất Hạnh nêu ra để dịch lại Tâm Kinh có chính đáng hay không?"* và *"Bản dịch này có tốt hơn các bản dịch trước không?"* Rất tiếc câu hỏi đặt ra rất đúng đắn, nhưng câu trả lời thì lại gây ít nhiều thất vọng vì thiếu chính xác, nếu không muốn nói là lờ mờ!

Chỉ cần đọc lại lời giải thích của TNH vào cuối Bản dịch (1), thì chúng ta thấy rõ ngay lý do: "Sở dĩ Thầy phải dịch lại Tâm Kinh, vì vị tổ sư biên tập Tâm Kinh đã không đủ khéo léo trong khi sử dụng ngôn từ; do đó, đã gây ra nhiều hiểu lầm qua các thời đại". Đến khi đi vào phân tích, thì LTH lại vướng mắc ngay vào câu mở đầu của Tâm Kinh, không liên quan gì tới sự hiểu lầm đó: đó là câu "độ nhất thiết khổ ách" (vượt qua mọi khổ ách). Lý do là, cũng như JA (4), LTH muốn chứng minh là TNH không dịch Tâm Kinh từ tiếng Sanskrit mà từ tiếng Hán. Thật ra, TNH có bao giờ nói là mình dịch Tâm Kinh từ tiếng Sanskrit đâu! Và lát nữa, khi bàn luận thêm về nguồn gốc của Tâm Kinh, thì chúng ta sẽ thấy là dịch Tâm Kinh từ tiếng Hán thực sự không phải là một vấn đề...

Vấn đề là LTH không trả lời được câu hỏi ông đặt ra,

tức là không chứng minh được là lý do dịch lại Tâm Kinh của TNH không chính đáng. Tôi có cảm tưởng là ông cũng không hiểu rõ ý nghĩa của câu chuyện TNH kể lại, tức là chú sa-di bị vị thiền sư vặn mũi. Chú tiểu hiểu sai chữ "không" là không có gì, không có mũi, tai, v.v., cho nên vị thày véo mũi y là để kéo y về với thực tại của sự cảm thọ đau đớn của cái mũi bị véo. Ở đây chỉ có sự hiểu đúng và sai của chữ "không" mà thôi, không liên quan gì đến "sự thật tuyệt đối, rốt ráo" (paramārtha-satya)" và "sự thật tương đối, theo qui ước (samvṛti-satya)", như Nāgārjuna (Long Thụ) đã vạch ra để giải thích hai mức độ của sự thật dạy bởi đức Phật.

Hơn nữa, LTH (cũng như JA) đặt nhiều lần vấn đề "bản dịch đúng" hay "sai", và "Tâm Kinh đúng" hay "sai", và cho rằng TNH nói có "mâu thuẫn" trong Tâm Kinh. Nhưng thật ra, có bao giờ TNH nói rằng Tâm Kinh "sai" hay có "mâu thuẫn" đâu? TNH chỉ nói là do sự "biên tập Tâm Kinh đã không đủ khéo léo" hoặc đã "vụng về", cho nên mới gây nên sự hiểu lầm.

Xin nhắc lại là sự sửa đổi chính yếu, quan trọng nhất của Bản dịch mới là ở câu "Vì thế mà trong cái không, không có hình hài..." mà TNH đã thay bằng *Chính vì vậy mà trong cái không, năm uẩn là hình hài... đều không có mặt như những thực thể riêng biệt.* Như vậy thì có khác gì với lời dạy của các HT Thích Trí Thủ và Thích Thanh Từ rằng *"các uẩn đều không có tự tánh"* đâu?

Như vậy, TNH đã diễn giải chữ "vô" (không có) bằng sự *"không có mặt như những thực thể riêng biệt"*, để đánh tan sự hiểu lầm do câu chữ Hán, vì quá thu gọn, cô đọng, gây nên. Theo tôi nghĩ, lý do đó không còn gì chính đáng hơn!

Ngoài ra, LTH còn trách TNH đã đưa thêm "không có, không không" vào bài Kinh, vì cho rằng "không có" đã hàm chứa trong "không sinh", và "không không" đã hàm chứa trong "không diệt", và như vậy bài Kinh đã đầy đủ rồi. Để giải thích điều đó, TNH đã nhắc tới Kinh Kātyāyana (12) giảng bởi đức Phật, và nhấn mạnh rằng "phần lớn người đời đều bị kẹt vào ý niệm hữu hoặc vô". Nói như HT Thích Thanh Từ, con người thường bị kẹt ở giữa hai ngọn núi kiến chấp, là "có" và "không". Cho nên, thêm vào Tâm Kinh "không có, không không" cũng là theo con đường "trung đạo" vạch ra bởi đức Phật, và tiếp nối bởi Nāgārjuna (Long Thụ). Ngoài sự phủ định một số cặp khái niệm đối lập với nhau, như *"không sanh không diệt, không dơ không sạch, không thêm không bớt, không có không không"*, thì còn có muôn vàn cặp phủ định khác nữa, chứ không phải chỉ có 8 cái "bất" theo Nāgārjuna!

Trong khi giải thích "tính (hay tánh) không", tôi e rằng LTH nhầm lẫn chữ "tánh" với chữ "tướng". "Tướng" (Pali: lakkhana, Sanskrit: lakṣaṇa) có nghĩa là "vẻ ngoài, hình tướng" (aspect, appearance, mark, characteristic), cũng như trong "Ba pháp ấn, Pali: tilakkhana" (3 marks of existence) hay Kinh "Vô ngã tướng" (Pali: anatta-lakkhana sutta). "Tánh" như trong chữ "tánh không" được dùng như một hậu tố (suffix) sau một tính từ để chỉ định danh từ gắn liền với nó: thí dụ śūnya là tính từ, dịch là "không" (empty, void), śūnyatā là danh từ, dịch là "tánh không" (emptiness, voidness). Vì vậy cho nên khi LTH giải thích "các ngài dùng từ "có tướng không" để nói nghĩa "có tính không", tức "có đặc tính không có tự tính", "có đặc tính không tự có"; và do đó: "tướng không" tức là "tính không" là "đặc tính không có tự tính" hay "đặc tính không tự có"", thì thú thật là... tôi thấy quá rắc rối làm sao! Cũng như không hiểu cách phân tích các từ ngữ sanskrit của LTH, theo "giống đực, giống cái", hay "quá trình động, kết quả tĩnh", có lợi ích gì?

Tôi xin phép không trở lại những bất đồng ý kiến về cách

dịch prajñāpāramitā của TNH, vì đã trình bày trong phần trước. Tôi cũng hiểu LTH khi ông nhấn mạnh vào khía cạnh "thực hành sâu xa" của prajñāpāramitā, nhưng đó chỉ là một chi tiết trong câu mở đầu của bài kinh, không phải là phần chính yếu. Và tôi cũng đồng ý với ông về cách diễn giải bài kệ của Tuệ Trung Thượng Sĩ: sở dĩ ngài nói ngược lại câu "sắc... không" là để đánh tan cái chấp vào "không" của vị khất sĩ. Cũng như khi hỏi câu "con chó có Phật tánh hay không?", Triệu Châu lúc nói "có!", lúc nói "không!", tùy người đối diện chấp "có" hay "không" mà trả lời; các vị Thiền sư thường dùng các phương pháp có tính chất ngược đời, paradoxal (para= chống lại, doxa= quan niệm) như vậy để giảng dạy, cũng như một phương tiện thiện xảo (upāya kausalya)...

Nói tóm lại theo tôi, bài nhận xét của LTH không đạt được mục đích đã định, vì không nắm được phần cốt yếu của Bản dịch mới Tâm Kinh mà TNH đã giải thích một cách cặn kẽ và súc tích (1). Bài viết của LTH rất công phu, và những phân tích về ngữ nghĩa, văn phạm sanskrit chứng tỏ ông am hiểu sâu về ngôn ngữ này, cũng như các từ ngữ Phật giáo. Tuy nhiên, tôi có cảm tưởng rằng chính sự quan tâm đặc biệt vào khía cạnh "kỹ thuật" này đã lôi kéo ông đi quá xa về hình thức, cho nên đã không trả lời được một cách rõ ràng và thực tiễn về nội dung các câu hỏi đưa ra.

Về bài của Nguyễn Minh Tiến "Có nên dịch lại Tâm Kinh không?"(3)

Bài của NMT (3) được đăng ít lâu sau Bài dịch mới Tâm Kinh của TNH, và nói chung được trình bày một cách mạch lạc, sáng sủa, dưới *"góc nhìn của một người Phật tử nghĩ về Tâm Kinh"*, như tác giả đã công nhận một cách thẳng thắn.

NMT đặt ra câu hỏi: *"Có nên dịch lại Tâm Kinh không?"* và *"Tâm Kinh đã được dịch lại như thế nào?"*, và lẽ dĩ nhiên hai câu hỏi này gắn liền với nhau, bởi vì nếu dịch lại sai lệch hoặc thêm thắt vào những gì không có trong nguyên tác, thì theo NMT, sẽ là *"phản bội nguyên tác, phản bội Kinh, là một điều tối kỵ"*. NMT cho rằng TNH đã *"viết lại một bản Tâm Kinh mới"*, vì Thầy đã công nhận *"đã đổi luôn cách dùng chữ trong nguyên văn tiếng Phạn và bản dịch chữ Hán của thầy Huyền Trang"*.

Nhưng thật ra, nếu so sánh Bản dịch mới với các bản dịch trước, chúng ta sẽ thấy không có nhiều đổi thay quan trọng, ngoại trừ sự thay thế từ "không" bằng cụm từ "không có mặt như một thực thể riêng biệt", để đánh tan sự hiểu lầm "không" là "không có gì". Những đổi thay khác, như "Avalokiteśvara" thay vì "Quán Tự Tại", "tất cả mọi hiện tượng đều mang theo tướng không" thay vì "tướng không các pháp", hay thêm vào "không có, không không", đều là những chi tiết nhỏ nhặt, do dịch giả muốn làm sáng tỏ thêm ý nghĩa bài Kinh, mặc dù có kéo dài thêm lời văn, và làm "mất đi tính chất gẫy gọn" và cô đọng của bản tiếng Hán.

Còn một vài ý kiến nữa, tôi cũng xin góp thêm đôi chút:

- NMT cho rằng "chưa từng có vị tổ sư nào biên tập Tâm kinh cả": các nghiên cứu Phật học gần đây đưa tới kết luận ngược lại, và điều này sẽ được trình bày sơ qua trong chương sau.

- Theo EC, các ý tưởng Mật giáo đã bắt đầu thâm nhập Kinh Bát Nhã từ khoảng năm 600, và theo các nhà Phật học McRae và Fukui, các câu chú trong Tâm Kinh cũng có mặt trong ít ra 3 tác phẩm khác trong Đại Tạng: một mục lục liệt kê các câu chú được dịch sang tiếng Hán năm 653, và 2 Kinh Đại Thừa. Như vậy rất có thể vị biên tập bản Tâm Kinh tiếng Hán đã lấy câu chú này từ một tác phẩm có sẵn trước (hoặc được truyền khẩu tại Tứ Xuyên hay một địa phương khác) và đưa nó thẳng vào bài Kinh (10, 13).

- Đối với NMT, Tâm Kinh trước hết là một bài chú, được trì tụng với niềm tin ở sức mạnh che chở và giải thoát của nó. Tôi hoàn toàn tôn trọng niềm tin này, cũng như niềm tin trong mọi tôn giáo. Tuy nhiên, tôi cũng xin nhắc lại rằng triết lý Kinh Bát Nhã nói chung, mở đầu cho phong trào Đại Thừa, được Edward Conze gọi là "Tân phái Trí tuệ", đối lại với "Cổ phái Trí tuệ" là Sthaviravada (Trưởng Lão Bộ), bởi vì vẫn đặt nặng vào trí tuệ (prajñā) hơn là đức tin (śraddha). Trí tuệ Bát Nhã vượt khỏi trí tuệ thông thường, tuy nhiên nó vẫn là trí tuệ, và như vậy tìm hiểu sâu xa, quán chiếu Tâm Kinh theo tôi vẫn là một điều bổ ích đối với người Phật tử. Việc chi mà sợ "soi chiếu" trở thành "soi mói"?...

Những hiểu biết mới về nguồn gốc của Tâm Kinh

Tới đây, tôi thiết tưởng cũng nên nói thêm về nguồn gốc của Tâm Kinh, mà các công trình nghiên cứu Phật học gần đây, đặc biệt của Bà Jan Nattier (JN), một nhà Phật học uyên thâm, đã giúp làm sáng tỏ rất nhiều, so với các hiểu biết cổ điển trước kia (8).

Theo các bản liệt kê mục lục (catalogue) kinh điển hiện nay, có 8 bản dịch Tâm Kinh tiếng Hán, xuất hiện từ đầu tk. 5 tới đầu tk. 11. Hai bản dịch đầu tiên được gán cho Kumārajīva (đầu tk. 5) và Huyền Trang (tk. 7), nhưng hiện nay rất bị ngờ vực là không phải của họ (14).

Một điều quan trọng mà các nhà Phật học đã nhận xét thấy là sự có mặt của Tâm Kinh tại Trung quốc được chứng thực ít nhất một thế kỷ trước Ấn Độ, với các bài luận về Prajñāpāramitā-hṛdaya (không có bản tiếng Sanskrit nào mang tên là sutra) xuất hiện sớm nhất là vào tk. 8.

Thêm vào đó, JN (8), trong khi so sánh một đoạn của bản dịch của Kumārajīva, không phải là bản dịch Tâm Kinh mà là bản dịch Đại Bát Nhã (Pañcaviṃśatisāhasrikā, 25000 giòng) (T 223), một trong những Kinh Bát Nhã của giai đoạn phát triển theo Edward Conze (15), với bản dịch "ngắn" gọi là của Huyền Trang (T 251), thì nhận thấy rõ rằng:

1) Hai bản tiếng Hán giống nhau như hệt, trừ một vài chi tiết nhỏ, như "Xá Lợi tử" (Huyền Trang)/"Xá Lợi Phất" (Kumārajīva), "diệc phục như thị"(Huyền Trang)/ "diệc như thị"(Kumārajīva), "vô vô minh"(Huyền Trang)/"diệc vô vô minh"(Kumārajīva), "nãi chí vô lão tử"(Huyền Trang)/"diệc nãi chí vô lão tử"(Kumārajīva), "vô trí diệc vô đắc"(Huyền Trang)/ "diệc vô trí diệc vô đắc"(Kumārajīva), và câu "Thị không vô quá khứ, vô vị lai, vô hiện tại" có mặt ở giữa bản của Kumārajīva mà không có trong bản của Huyền Trang. Điều đó khó lòng mà là ngẫu nhiên, mà chỉ có thể giải thích là bản Tâm Kinh của Huyền Trang chép thẳng từ bản dịch Đại Bát Nhã của Kumārajīva!

2) Ngược lại, hai bản tiếng Sanskrit có nhiều điểm khác biệt nhau: thứ nhất, bản của Kumārajīva dài hơn vì lặp lại từng uẩn, từng căn, trần, thức, nhân duyên, v.v., trong khi bản của Huyền Trang thì ngắn gọn hơn nhiều vì gom các câu lại thành một; thứ nhì, mặc dù ý nghĩa rất giống nhau, nhưng về ngữ vựng, văn phạm, cách dùng chữ, thì hai bản lại hoàn toàn khác nhau.

3) Điều quan trọng là bài Tâm Kinh "ngắn" được chia ra làm 3 phần: 1) Phần mở đầu: "Quán Tự tại Bồ tát... độ nhất thiết khổ ách"; 2) Phần giữa, cốt lõi của bài Kinh: "Xá Lợi tử... Vô trí diệc vô đắc, dĩ vô sở đắc cố"; 3) Phần cuối, ca ngợi "tuệ giác qua bờ" và kết luận bằng câu

chú: "Bồ đề tát đỏa y Bát nhã Ba la mật đa... Bồ đề tát bà ha".

Đoạn giữa, cốt lõi của Tâm Kinh chính là phần giống hệt với đoạn của Kinh Đại Bát Nhã dịch bởi Kumārajīva.

Phần mở đầu và phần kết luận của Tâm Kinh cũng được các nhà Phật học nhận xét là rất đặc biệt, khác lạ, so với các Kinh khác, vì:

- Sự vắng mặt của câu mở đầu thông thường "Tôi nghe như vầy..." và của câu cuối thông thường "Phật thuyết giảng xong, tất cả đều thọ nhận và hoan hỷ tuân theo";

- Sự có mặt của Bồ tát Quán Thế Âm (Avalokiteśvara) (hay Quán Tự tại, Avalokita), lên tiếng giảng dạy cho Xá Lợi Phất (Śāriputra), thay vì đức Phật giảng dạy cho Tu Bồ đề (Subhūti), như trong các kinh Bát Nhã khác; và

- Sự xuất hiện vào cuối bài của một câu chú (mantra), cũng là một đặc điểm chưa từng có trong các kinh Bát Nhã sớm như Ratnaguṇasaṃcaya (văn vần) và Aṣṭasāhasrikā (8000 giòng), chứng tỏ rằng Tâm Kinh xuất hiện tương đối muộn, khi đạo Phật đã bắt đầu bị thâm nhập bởi phong trào Mật giáo.

Dựa lên trên các nhận xét trên, JN đi tới một kết luận bất ngờ: Tâm Kinh là một bài Kinh được trước tác tại Trung quốc bằng tiếng Hán, và sau đó được dịch ngược lại (back translation) sang tiếng Sanskrit, chứ không phải dịch sang tiếng Hán từ một bản gốc tiếng Sanskrit, như người ta vẫn tưởng. Như vậy, Tâm Kinh là một "ngụy kinh" hay Kinh "đỗ soạn" (apocryph), một tác phẩm Trung quốc! (8)

Tuy nhiên, phần thực sự sáng tác của bài Kinh là câu mở đầu "Quán Tự tại...", và phần kết luận ca ngợi sức mạnh của "tuệ giác qua bờ" với câu chú kết thúc, trong khi phần cốt lõi ở giữa, thật ra là được sao chép lại từ một phần của Kinh Đại Bát Nhã (Pañcaviṃśatisāhasrikā) dịch bởi Kumārajīva từ tiếng Sanskrit sang tiếng Hán.

Như vậy, có thể nói là Tâm Kinh được trích ra từ Kinh Đại Bát Nhã, và tinh thần của Tâm Kinh vẫn là tinh thần của Kinh Bát Nhã nói chung. Điểm khác biệt là, do sự thêm vào câu mở đầu và đoạn cuối với câu chú, Tâm Kinh đã được thiết lập như một đà-la-ni (dhāraṇī), để ghi nhớ bằng sự tụng niệm thường xuyên (10), đồng thời như một câu thần chú che chở trong cơn hoạn nạn (như Huyền Trang vẫn thường dùng trong chuyến Tây du).

Những khám phá mới này đã mang lại nhiều đổi thay trong sự hiểu biết về nguồn gốc của Tâm Kinh, và đã nhận được một sự hưởng ứng gần như đồng nhất trong giới nghiên cứu Phật học. Tuy nhiên người ta vẫn chưa biết rõ tác giả của Tâm Kinh là ai, chỉ biết là thời điểm xuất hiện là vào giữa hai nhà biên dịch Kinh Phật nổi tiếng này, tức là từ tk. 5 tới tk 7. Còn tác giả của bản dịch từ tiếng Hán sang tiếng sanskrit, JN nghi ngờ chính là Huyền Trang, trong chuyến đi thỉnh Kinh của Thầy tại Ấn Độ, kéo dài 17 năm (8).

Về ý nghĩa của từ "śūnyatā" (tánh không)

Vấn đề chủ yếu của Tâm Kinh vẫn là sự diễn giải của từ "śūnyatā" (tánh không), mà theo thiển ý, phải được soi sáng bởi tác phẩm chính của Nāgārjuna, là Trung Luận (Madhyamaka-śāstra hay Mūlamadhyamaka-kārikā, MK) (chứ không phải là Đại Trí Độ Luận, Māhaprajñāparamitopadeśa, là một tác phẩm gán cho ngài, nhưng thật ra được biên soạn bằng tiếng Hán tại Trung quốc). Phái Trung Quán (Madhyamaka) ngài dẫn đầu cũng được gọi là Không phái (Śūnyavada)(16).

Theo EC, từ Sanskrit "śūnya" phát xuất từ chữ gốc "śvi", có nghĩa là "phồng lên". Cái gì phồng lên thì có vẻ to lớn, "gồ ghề" lắm, nhưng thật ra rỗng tuếch ở bên trong. "śūnyatā" là tính chất của cái gì trông bề ngoài có vẻ có thực chất, nhưng thật ra bên trong không có gì, không có thực chất, thực thể.

Nguồn gốc chữ Hán "không 空" lại khác. Nó gồm phía trên chữ "huyệt" 穴, có nghĩa là "hang, ổ", cho nên trong đạo Lão "không" chỉ định sự "trống rỗng" của một vật, đối lại với phần "đầy đặn" của nó, thí dụ như một cái cửa, một đồ chứa đựng, một lỗ khóa. Ngay từ ban đầu, khi các nhà dịch thuật đầu tiên Kinh Bát Nhã (Lokakṣema, tk. 2?) chọn chữ "không" để dịch "śūnya", là đã vô tình đưa vào khả năng ngộ nhận sau này, vì sự khác biệt bối cảnh văn hóa Trung quốc và Ấn Độ. śūnyatā cũng được dịch là "bản vô" 本無 bởi Chi Khiêm, một cư sĩ người gốc Nguyệt Chi vào tk. 3, dưới ảnh hưởng của Vương Bật, một nhà trí thức thời Tam quốc theo đạo Lão, sáng lập viên của phong trào "huyền học"(16).

Từ nhận định "Các pháp (dharma) không sanh ra từ chính nó, không sanh ra từ cái khác, không sanh ra từ chính nó và cái khác, cũng không tự nhiên sanh" (MK 1:3), Nāgārjuna luận ra rằng các pháp không có bản thể, tự tánh (svabhāva), nhưng tùy nhân duyên mà thành: "Pháp sanh do duyên khởi (pratītyasamutpāda), ta gọi là 'tánh không', cũng là giả danh (prajñapti), và cũng là trung đạo (madhyama pratipad)"(MK 24:18). Như vậy thì śūnyatā (tánh không) là sự nới rộng ra của anātman (vô ngã), và cũng nằm trong lý "duyên khởi" dạy bởi đức Phật. Quan niệm sai lầm sự vật có thực thể, đức Phật gọi là dṛṣti (kiến 見), là nguồn gốc của phiền não, khổ đau.

Vì vậy cho nên có một sự đồng nhất giữa lời dạy của đức Phật, triết lý của Kinh Bát Nhã và của Nāgārjuna: vô ngã, duyên khởi, trung đạo và tánh không, đều là nhiều mặt của một sự thật, của luật vận hành của vũ trụ. Và chúng ta không ngạc nhiên khi thấy câu đầu tiên của Nāgārjuna trong Trung Luận là: *"Tôi kính lễ đức Phật toàn giác, vị thuyết giáo tối thượng. Ngài đã thuyết lý duyên khởi, diệt mọi hý luận, mang lại an lành."* (MK 1:1).

Như vậy, tất cả các pháp đều là śūnya (không), đều không phải là thực thể, đều không có tự tánh; ngay cả nirvāṇa (Niết-bàn). Cho nên, đối với tôi, mỗi khi đọc đến câu "viễn ly điên đảo mộng tưởng cứu cánh Niết-bàn", thì tôi vẫn nghĩ là Niết-bàn cũng là một mộng tưởng điên đảo mà mình phải viễn ly! Và tôi lấy làm lạ là tất cả các bản dịch, ngay cả của TNH, đều nói đến Niết-bàn như cứu cánh của vị Bồ tát. Nhưng nếu quan niệm như Nāgārjuna: Niết-bàn là "sự tĩnh lặng của mọi biểu tượng, mọi phân biệt ngôn ngữ, sự bình an" (MK 25:24), thì tại sao không?...

Kết luận

Đối với tôi, cái tai hại khi hiểu lầm Tâm Kinh không phải hiểu chữ "không" là "không có gì". Điều đó, cũng như chuyện "chú tiểu bị vặn mũi", ít khi xảy ra.

Cái tai hại là không hiểu sự áp dụng của khái niệm "không", không hiểu rằng "tánh không" không phải là để bàn ra tán vào, hý luận cho sướng miệng sướng tai, mà là để phá mọi chấp trước. Nāgārjuna đã nhấn mạnh vào điều đó: "tánh không" trước hết là một phương pháp trị liệu, phá bỏ kiến chấp và mang lại an tĩnh. Cũng như đức Phật, Nāgārjuna và các vị tổ sư đã biên tập Kinh Bát Nhã là những nhà thầy thuốc chữa trị cho chúng sanh khỏi bệnh, bệnh phiền não, si mê và chấp trước.

Tai hại thứ hai, mà ít người nói tới, là hiểu "không" là "có", tức là "chân không là diệu hữu", đi tìm sự thật tuyệt đối, tối hậu, mà những Kinh Đại Thừa sau này gọi là Chân

Như (tathatā), là Phật tánh (buddhata), là Như Lai tạng (tathāgatagarbha), là A-lại-da-thức (ālayavijñāna), là Pháp giới (dharmadhatu), v.v. (17), tất cả những khái niệm đi ngược lại với quan niệm "không có tự tánh" (nisvabhāva), là căn bản của đạo Phật nguồn gốc, triết lý Bát Nhã và Nāgārjuna. Theo Nāgārjuna, chỉ có một sự thật tuyệt đối, đó là "tánh không". Tin vào có một sự thật tuyệt đối hay không, là quyền tự do của mỗi người. Nhưng đó không phải là điều mà đức Phật, Kinh Bát Nhã và Nāgārjuna đã dạy.

Tâm Kinh vẫn là bài Kinh thu hút quần chúng nhất, được ưa chuộng nhất, và đối với một số Phật tử, được sùng kính nhất, và vì đó bất khả xâm phạm. Trải qua bao thế hệ, Kinh đã được dịch lại, luận bàn, tranh cãi không biết bao nhiêu lần, mà vẫn chưa được đồng thuận, mà vẫn gây đụng chạm...

Thiết tưởng, điều quan trọng không phải là: ai diễn giải đúng, ai diễn giải sai, thay đổi hay không thay đổi lời Kinh, mà là: làm thế nào thay đổi cách nhìn của mình về Kinh, về nguồn gốc và ý nghĩa của Kinh, và - trên hết - làm thế nào để áp dụng bài học của Kinh trong đời sống hằng ngày?

Olivet, 13/12/2017

Trịnh Đình Hỷ

(Nguyên Phước)

Vài nhận xét về bài phê bình của Bác sĩ Trịnh Đình Hỷ [1]

Lê Tự Hỷ

Trước hết xin cảm ơn Bác sĩ Trình Đình Hỷ (Bs. TĐH) đã có những nhận xét góp ý về bài viết của tôi *"Vài Nhận Xét Về Vài nhận xét về vấn đề dịch lại Tâm Kinh của Thầy Nhất Hạnh"* [2]. Trong bài viết này tôi chỉ quan tâm tới phần nhận xét Bs TĐH về bài viết của tôi, còn phần nhận xét về hai tác giả Jayarava và Nguyễn Minh Tiến thì xin để dành cho hai tác giả ấy.

Vì TĐH là một Bác sĩ cho nên xin quí độc giả hãy cho phép tôi xem bài viết của tôi như là một con người với tên là "Tôi". Như vậy là Tôi đã được Bs TĐH khám sức khỏe với mở đầu của bệnh án:

"Rất tiếc câu hỏi đặt ra rất đúng đắn, nhưng câu trả lời thì lại gây ít nhiều thất vọng vì thiếu chính xác, nếu không muốn nói là lờ mờ!"

Và Kết luận:

"Nói tóm lại theo tôi, bài nhận xét của LTH không đạt được mục đích đã định, vì không nắm được phần cốt yếu của Bản dịch mới Tâm Kinh mà TNH đã giải thích một cách cặn kẽ và súc tích (1). ... Tuy nhiên, tôi có cảm tưởng rằng chính sự quan tâm đặc biệt vào khía cạnh "kỹ thuật" này đã lôi kéo ông đi quá xa về hình thức, cho nên đã không trả lời được một cách rõ ràng và thực tiễn về nội dung các câu hỏi đưa ra"

Như vậy Bs TĐH đã viết bệnh án "Tôi không đủ sức khỏe để thực hiện được mục đích đã định..." Bs có cảm tưởng "Tôi đã dùng quá nhiều sức cho hình thức nên không còn sức để thực hiện nội dung".

Bs khám bệnh mà viết *"tôi có cảm tưởng"* thì phải chăng Bs đã không tự tin vào chứng cứ trong việc chẩn đoán của ông. Và Tôi quay ra đi tìm xem Bs đã dùng "tài năng về bệnh lí" và "dụng cụ Y khoa" của ông như thế nào định bệnh cho Tôi?

Thì sau đây là những "sở trường về bệnh lí" và "dụng cụ Y khoa" của Bs TĐH:

1. Bs viết "Tôi xin phép không trở lại những bất đồng ý kiến về cách dịch prajñāpāramitā của TNH, vì đã trình bày trong phần trước"

Thì ra ở phần phê bình Jayarava, Bs đã hàm ý tôi đã sai khi dịch từ prajñāpāramitā là "pháp tu làm cho tuệ giác qua bờ" mà Bs sĩ đã khẳng định như đinh đóng cột đó là "trí tuệ qua bờ" và ""trí tuệ siêu việt" có lẽ là hay nhất!". Bs đã viết : "Tuy nhiên theo đa số các nhà Phật học, nếu dịch prajñāpāramitā theo từng chữ (litterally) thì là "vượt qua - trí tuệ" (beyond wisdom), theo nghĩa "trí tuệ vượt qua trí tuệ thông thường (là trí tuệ dùng sự phân tích các hiện tượng, của Abhidhamma)" (the wisdom beyond ordinary wisdom). Trong trường hợp đó, giữ "trí tuệ siêu việt" có lẽ là hay nhất"

Vậy là Bs chỉ tin vào lời của "đa số các nhà Phật học" mà không liệt kê ra, trong đó có những nhà Phật học lừng danh thế giới như Edward Conze, Max Muller, Donald S. Lopez hay không ? Như vậy Bs TĐH đã "tin mù" như Đức Phật đã dạy trong kinh Kālāma và do đó đã không "khám kỹ Tôi" mà viết bệnh án với: "Cũng như không hiểu cách phân tích các từ ngữ sanskrit của LTH, theo "giống đực, giống cái", hay "quá trình động, kết quả tĩnh", có lợi ích gì?"

Quả là Bs TĐH đã không thấy, không biết cái "giống cái" của từ kép "prajñāpāramitā" nằm ở chỗ nào và nó giữ vai trò gì ở đây. Tôi không trách Bs về điều này, nhưng Tôi trách Bs đã "không dùng hết khả năng hiểu biết về bệnh lí" của ông cũng như không dùng các dụng cụ Y khoa hiện đại để chẩn bệnh mà đã vội "viết bệnh án của Tôi" cho nên tôi nghi lắm lắm!

Vậy Tôi xin ngài Bs TĐH hãy chịu khó quay về Trường Y của Đại Học Standford, vào thư viện mượn (4) The Princeton Dictionary of Buddhism của Robert E. Buswell Jr. & Donald S. Lopez (2014), đọc lại pp. 656-657, rồi hãy viết lại bệnh án cho Tôi!

2. Bs viết "Tôi cũng hiểu LTH khi ông nhấn mạnh vào khía cạnh "thực hành sâu xa" của prajñāpāramitā, nhưng đó chỉ là một chi tiết trong câu mở đầu của bài kinh, không phải là phần chính yếu."

Đây Bs đã phê Tôi có cái bệnh mà thật ra Tôi không có: Tôi chống lại cái ý "thực hành sâu xa" của "prajñāpāramitā" mà Bs lại nói Tôi nhấn mạnh vào khía cạnh này? Và còn thêm "nhưng đó chỉ là một chi tiết trong câu mở đầu của bài kinh, không phải là phần chính yếu" thì Bs đã không khám kỹ Tôi rồi. Tiếc thay!

3. Bs viết "Trong khi giải thích "tính (hay tánh) không", tôi e rằng LTH nhầm lẫn chữ "tánh" với chữ "tướng". "Tướng" (Pali lakkhana, Sanskrit lakṣaṇa) có nghĩa là "vẻ ngoài, hình tướng" (aspect, appearance, mark, characteristic), cũng như trong "Ba pháp ấn, Pali tilakkhana" (3 marks of existence) hay Kinh "Vô ngã tướng" (Pali anatta-lakkhana sutta). "Tánh" như trong chữ "tánh không" được dùng như một hậu tố (suffix) sau một tính từ để chỉ định danh từ gắn liền với nó: thí dụ śūnya là tính từ, dịch là "không" (empty, void), śūnyatā là danh từ, dịch là "tánh không" (emptiness, voidness). Vì vậy cho nên khi LTH giải thích "các ngài dùng từ "có tướng không" để nói nghĩa "có tính không", tức "có đặc tính không có tự tính", "có đặc tính không tự có"; và do đó: "tướng không" tức là "tính không" là "đặc tính không có tự tính" hay "đặc tính không tự có"", thì thú thật là... tôi thấy quá rắc rối làm sao! Cũng như không hiểu cách phân tích các từ ngữ sanskrit của LTH, theo "giống đực, giống cái", hay "quá trình động, kết quả tĩnh", có lợi ích gì?"

Câu phê này của Bs TĐH mới là phần sai rất nặng của bệnh án! Và do đó Tôi xem thử xem "sở học bệnh lí của Bs" như thế nào và Bs đã dùng "dụng cụ Y khoa gì" để khám Tôi? Té ra Bs phê Tôi bị *"alzheimer"* nên "nhầm lẫn" "tánh" với "tướng" vì ngài Bs đã viết "tướng" (Pali lakkhana, Sanskrit lakṣaṇa) có nghĩa là "vẻ ngoài, hình tướng" (aspect, appearance, mark, characteristic). Như vậy ngài Bs hiểu từ (Pali lakkhana, Sanskrit lakṣaṇa) có nghĩa là "vẻ ngoài, hình tướng" chứ không phải tính chất đặc trưng ở bên trong của sự vật! Tiếc thay là ngài Bs đã liệt kê ra 4 từ tiếng Anh (aspect, appearance, mark, characteristic) mà ngài không dùng 3 từ characteristic, aspect và mark với nghĩa trong Nhận Thức Luận Phật Giáo (Buddist Epistemology), mà thật ra không cần "đi sâu" chỉ cần nhìn riêng từ *characteristic* cũng giúp ngài thấy lakṣaṇa được dùng ở đây không phải là "vẻ bên ngoài" như ngài tưởng! Có lẽ vì ngài Bs "giấu nghề" và dùng "dụng cụ Y khoa thô sơ" để khám Tôi cho nên ngài mới thấy lakṣaṇa là "vẻ bên ngoài, tướng bên ngoài". Vậy xin Bs hãy dùng các công cụ tân tiến chí ít là kính hiển vi, cao hơn CT scanner hay ngon nhất là MRI thì ngài đã không phê bệnh án của Tôi như thế.

Vậy Tôi xin ngài hãy "Trở lại trường Y của Đại Học Princeton như Tôi đã giới thiệu trên và đọc mục từ "lakṣaṇa" p. 463 hay chí ít là dùng [5] Sanskrit and Tamil Dictionaries; New and improved version of Monier Williams' Sanskrit-

English Dictionary[1] và tra tìm từ lakṣaṇa có khi ngài sẽ thấy "n, (ifc). = "marked or characterized by", "possessed of".

Cũng xin phép chỉ ra một công cụ tinh vi hơn là xin ngài Bs hãy đọc bản dịch Tâm Kinh từ Phạn ra Anh của F. Max Muller & Bunyiu Nanjio [6] trang 48-50 trong "The Ancient Palm Leaves: Contaning The Prgana- Paramita- Hridaya -Sutra And The Ushnisha-Vigaya_Dharani, Oxford 1884" ngài sẽ thấy hai vị này dịch từ lakṣaṇa là gì, có phải *"vẻ bên ngoài"* như ngài nghĩ không?

Thật ra ngài Bs đã dùng "dụng cụ Y khoa thô sơ" cho nên đã lấy từ lakṣaṇa đứng riêng ra mà "dịch đại" chứ không thấy nó nằm trong từ tính từ kép bahuvrīhi "śūnyatā-lakṣaṇāḥ" trong câu Phạn... thì không dịch riêng từ lakṣaṇa như ngài nghĩ mà phải dịch cả từ kép bahuvrīhi "śūnyatā-lakṣaṇāḥ"! Vì hẳn là Bs TĐH có thể khó tìm ra sách này nên Tôi xin trích ra phần họ dịch ra tiếng Anh thành *"all things have the character of emptiness"* thì śūnyatā-lakṣaṇa ở đây là *"having character of emptiness"* ngài Bs ạ!

Không những thế, ngài Bs cũng đã tách từ lakṣaṇa ra khỏi từ kép bahuvrīhi, "śūnyatā-lakṣaṇa" để "dịch đại" là "vẻ bên ngoài, tướng bên ngoài" mà ngài không biết từ kép "śūnyatā-lakṣaṇa" có nghĩa "có/(với/mà) đặc tính là sự không có tự tính", nói gọn "có đặc tính không có tự tính" hay "đặc trưng bởi không có tự tính" hay "có đặc tính không tự có) (having the character of emptiness, marked by (/with) emptiness, characterized by emptiness).

Thưa ngài Bs, quả thật không những đối với riêng ngài mà còn đối với bất kỳ ai, chữ Phạn không đơn giản khi chưa có điều kiện, thời gian để học nghiêm túc. Một từ Phạn khi

---

[1] http://www.sanskrit-lexicon.uni-koeln.de/scans/MWScan/tamil/index.html

đứng trong một câu Phạn, nếu nó không phải là một từ bất biến (indeclinable) thì nó phải hiệp giống (3 giống), hiệp số (3 số) và hiệp cách (8 cách), tức biến đuôi theo 3 x 3 x 8 = 72 đuôi khác nhau. Rất phức tạp nhưng nhờ vậy mà ý nghĩa vô cùng chính xác. Ý nghĩa của từ đứng trong câu sẽ không y nguyên như từ gốc của nó (stem form) trong từ điển và hơn nữa nó khi nó là thành phần của từ kép (có 4 loại) thì nghĩa của nó khác với khi nó đứng một mình. Không nắm vững những qui luật ấy thì thấy "rối mù". Điều này cũng như con vi trùng khi nó đột nhập vào một cái mụt ở bàn chân, rồi nó vào tim hay lên não thì ý nghĩa và tác động của nó ở tim, ở não hoàn toàn khác với ý nghĩa và tác động của nó khi nó ở bàn chân. Bác sĩ khám bệnh mà không phân biệt được những khác biệt ấy thì than ôi làm sao mà viết bệnh án! Vì vậy không có gì ngạc nhiều khi Bs TĐH phê vào bệnh án của tôi "thì thú thật là... tôi thấy quá rắc rối làm sao!"

4. Bs viết: "Thật ra, TNH có bao giờ nói là mình dịch Tâm Kinh từ tiếng Sanskrit đâu! Có đúng không?"

Thầy Nhất Hạnh đã cho rằng do một vị tổ thiếu khéo léo biên tập Tâm Kinh khiến người ta hiểu lầm từ rất lâu năm nay. Rồi thầy trích vài câu Phạn để dịch lại. Như vậy là hàm ý thầy đã dịch Tâm Kinh từ bản Phạn chứ sao? Mà Bs lại nói thầy không dịch từ Phạn! Rồi chính Bs cũng trích chữ các chữ Phạn lakṣaṇa, śūnya, śūnyatā để "bàn luận" biện hộ cho thầy đó! Hơn nữa chính thầy Nhất Hạnh đã viết "Cũng vì vậy mà trong bản dịch mới này, Thầy đã đổi luôn cách dùng chữ trong nguyên văn tiếng Phạn"[3]. Vậy mà Bs vẫn cho rằng thầy Nhất Hạnh không dịch Tâm Kinh từ chữ Phạn?

5. Bs viết: "Nhưng thật ra, có bao giờ TNH nói rằng Tâm Kinh 'sai' hay có 'mâu thuẫn' đâu? Có đúng vậy không?"

Chính thầy Nhất Hạnh đã viết: "Vấn đề bắt đầu từ câu

kinh: "Này Śāriputra, vì thế mà trong cái không, không có hình hài, cảm thọ, tri giác, tâm hành và nhận thức" (tiếng Phạn: Tasmāc śariputra śūnyatayāṃ na rūpaṃ na vedanā na saṃjñā na saṃskārāḥ na vijñānam). Ô hay! Vừa nói ở trên là cái không chính là hình hài, và hình hài chính là cái không, mà bây giờ lại nói ngược lại: Chỉ có cái không, không có hình hài". [3]

Viết *"nói ngược lại"* mà Bs không công nhận là nói *"mâu thuẫn"* sao?

6. Bs viết: "Xin nhắc lại là sự sửa đổi chính yếu, quan trọng nhất của Bản dịch mới là ở câu *"Vì thế mà trong cái không, không có hình hài…"* mà TNH đã thay bằng *"Chính vì vậy mà trong cái không, năm uẩn là hình hài…đều không có mặt như những thực thể riêng biệt."* Như vậy thì có khác gì với lời dạy của các HT Thích Trí Thủ và Thích Thanh Từ rằng *"các uẩn đều không có tự tánh"* đâu?"

Hãy cứ cho là "có khác gì với lời dạy của các HT Thích Trí Thủ và Thích Thanh Từ rằng "các uẩn đều không có tự tánh" đâu?" thì xin Bs đếm thử mỗi vị dịch ra bao nhiêu từ, để thấy Bản dịch lại của thầy Nhất Hạnh so với các bản khác thế nào?

Kết luận

Bs TĐH đã khám bệnh cho Tôi. Nhưng tiếc rằng Bs đã giấu nghề "không dùng sở trường bệnh lí uyên thâm của ngài" và "chỉ dùng những dụng cụ Y khoa thô sơ" để khám và viết "bệnh án cho Tôi". Quả là tiếc thay! Tiếc thay!

Tài liệu tham khảo:

1. http://giaodiemonline.com/2017/12/batnhatamkinh.htm. Tiêu đề bài viết khi công bố là *"Vài nhận xét về "Về các bài phê bình bản dịch mới Tâm kinh của Thiền sư Thích Nhất Hạnh của Bác sĩ Trịnh Đình Hỷ"*, chúng tôi đã sửa lại cho gọn hơn trong Khảo luận này.

2. Vài nhận xét về vấn đề dịch lại Tâm Kinh của Thầy Nhất Hạnh - Lê Tự Hỷ, https://thuvienhoasen.org/a28974/vai-nhan-xet-ve-van-de-dich-lai-tam-kinh-cua-thay-nhat-hanh

3. Bản dịch Tâm Kinh Mới Bằng Văn Trường Hàng, Tâm Kinh Tuệ Giác Qua Bờ HT. Thích Nhất Hạnh https://thuvienhoasen.org/a21491/tam-kinh-tue-giac-qua-bo

4. Robert E. Buswell Jr. & Donald S. Lopez, Princeton University Press (2014) The Princeton Dictionary of Buddhism của Robert E. Buswell Jr. & Donald S. Lopez

5. Sanskrit and Tamil Dictionaries; New and improved version of Monier Williams' Sanskrit-English Dictionary, http://www.sanskrit-lexicon.uni-koeln.de/scans/MWScan/tamil/index.html

6. F.Max Muller & Bunyiu Nanjio The Ancient Palm Leaves: Containing The Prgana- Paramita- Hridaya -Sutra And The Ushnisha-Vigaya_Dharani, Oxford 1884" pp. 48-51

Cốt lõi bản dịch mới Tâm kinh của thầy Nhất Hạnh qua bài viết của Trịnh Đình Hỷ [1]

Nguyễn Minh Tiến

Niềm vui bắt được giữa thinh không

Điều thú vị nhất của một người học Phật là được học hỏi nội dung những lời dạy của đức Thế Tôn ngay chính từ những gì xảy ra trong thực tế cuộc sống này chứ không phải chỉ trên những trang kinh tĩnh lặng. Vì thế, người Phật tử cầu học luôn mang ơn sâu sắc những ai chỉ ra cho mình các nhận thức sai lệch hoặc chưa thực sự chuẩn xác, bởi điều đó giúp ta điều chỉnh lại kịp thời những sai lầm của bản thân, và nhờ đó mới có thể tiếp tục con đường tu học theo đúng hướng.

Chúng tôi - bao gồm Jayarava, Giáo sư Lê Tự Hỷ và tôi - đã suýt có được một cơ hội may mắn được hàm ơn như thế, khi cả ba người đều được đưa vào trong một bài viết của anh Trịnh Đình Hỷ với nhan đề *"Về các bài phê bình bản dịch mới Tâm Kinh của thiền sư Thích Nhất Hạnh".* [2] Các bài "phê bình" được "điểm mặt chỉ tên" ở đây là bài viết của tôi đăng tải từ tháng 11 năm 2014 (khoảng 3 tháng sau khi "bản dịch" Tâm kinh mới của thầy Nhất Hạnh được công bố),[3] bài của Jayarava (bằng Anh ngữ) được công bố tháng 3 năm 2016 [4] và bài của Giáo sư Lê Tự Hỷ, vừa được đăng tải gần đây nhất vào ngày 29 tháng 11 năm 2017. [5] Trong các bài viết này, chỉ duy nhất bài của Jayarava dùng đến chữ *"critique"* (phê phán) một lần trong bài cũng như được viết với văn phong phê phán rõ nét, còn bài của tôi và Giáo sư Lê Tự Hỷ đều chỉ nhằm nêu lên một số ý kiến xoay quanh vấn đề *"dịch lại"*

Các Ý Kiến Xoay Quanh Việc Dịch Mới

Tâm kinh chứ không nhắm đến phê phán hay bình phẩm. Giáo sư Lê Tự Hỷ xác định rất rõ khuynh hướng này từ đầu bài viết: *"...với lòng vô cùng tôn kính thầy Nhất Hạnh, tôi xin nêu ra một số suy nghĩ như sau."*

Ông Jayarava là người nói tiếng Anh, sống ở Cambridge, nên bài viết của ông chỉ nhắm vào bản dịch tiếng Anh của thầy Nhất Hạnh. Mọi liên kết, so sánh với bản Việt dịch của thầy đều là dụng công của người Việt dịch, không phải chủ ý của ông. Và cũng vì thế, rào cản ngôn ngữ sẽ không cho phép ông tiếp cận được với bài viết đặc biệt này của anh Trịnh Đình Hỷ. Riêng Giáo sư Lê Tự Hỷ đã có lời cảm ơn trang trọng gửi đến anh Trịnh Đình Hỷ qua lời mở đầu trong bài viết: *"Vài nhận xét về "Về các bài phê bình bản dịch mới Tâm kinh của Thiền sư Thích Nhất Hạnh của Bác sĩ Trịnh Đình Hỷ".* Bản thân tôi có lẽ cũng nên có đôi lời cảm kích về bài viết dụng công rất lớn của anh Trịnh Đình Hỷ vì đã cùng lúc đưa ra phân tích cả ba bài viết, mà mỗi bài trong số đó đều hàm chứa những nội dung không đơn giản, nếu không muốn nói là khá khúc chiết và phức tạp.

Trong thực tế, tôi đã hết sức vui mừng khi vừa đọc qua phần mở đầu bài viết:

"... với chủ yếu 3 bài phê bình và nhận xét được đăng trên mạng, của Nguyễn Minh Tiến, Jayarava Attwood, và Lê Tự Hỷ. Điều đó chứng tỏ sự quan tâm đặc biệt vào bài Kinh này bởi các Phật tử và các nhà Phật học, và theo tôi tự nó là một điều đáng mừng và nên khuyến khích. Kinh Phật không phải chỉ để tụng niệm, đóng khung trưng bầy hay giữ trong tủ sách, mà phải được suy ngẫm, tìm hiểu sâu về ý nghĩa cũng như lịch sử của chúng.

Tuy nhiên, đọc xong các bài phê bình và nhận xét này, tôi không khỏi thất vọng về chất lượng, chiều sâu cũng như tầm nhìn của chúng, bởi vì phần lớn đặt nặng vào hình thức hơn vào nội dung, và luẩn quẩn trong các chi tiết nhỏ nhặt, các lập luận phức tạp về ngôn ngữ, mà không thấu hiểu dụng tâm của tác giả, cũng như những khó khăn gặp phải mỗi khi đọc và dịch Tâm Kinh."

Sự vui mừng của tôi không phải vì các bài viết này được anh cho là *"đáng mừng và nên khuyến khích"*, mà là từ câu phê phán đầy hứa hẹn của anh: *"Tôi không khỏi thất vọng về chất lượng, chiều sâu cũng như tầm nhìn của chúng, bởi vì phần lớn đặt nặng vào hình thức hơn vào nội dung, và luẩn quẩn trong các chi tiết nhỏ nhặt, các lập luận phức tạp về ngôn ngữ, mà không thấu hiểu dụng tâm của tác giả..."*

Thử tưởng tượng, ngày còn đi học mà nghe thầy cô giáo buông ra một câu phê phán cỡ này sau khi đọc qua bài luận văn của mình, hẳn bất kỳ ai trong chúng ta cũng sẽ buồn nẫu ruột vì biết chắc sau đó là một điểm không to tướng. Thế nhưng, khi đã bước chân vào đời, thì hầu như những cơ hội được nghe phê phán như thế này không nhiều lắm, nếu không muốn nói là cực kỳ hiếm hoi. Biết bao nhiêu rào cản như sự nể nang, tình cảm, hoặc thường gặp hơn là sự thiếu quan tâm thực sự, hoặc đơn giản hơn nữa chỉ là vì muốn né tránh sự va chạm... đã khiến cho những phê phán trung thực (và nghiêm khắc) có rất ít cơ hội được đưa ra với chúng ta. Thú thật, trong gần hai mươi năm chính thức làm công việc viết lách, đây là lần đầu tiên tôi được nghe một lời phê phán như trên. Vì thế, tôi không dám nói thay cho tâm trạng của Giáo sư Lê Tự Hỷ, nhưng riêng bản thân tôi thì sự vui mừng thật không bút nào tả xiết, bởi đây mới chính là điều một người học Phật cần được nghe từ người khác. Không phải những lời ngợi khen tán tụng, mà là sự phê phán trung thực và nghiêm khắc, chỉ ra được những điểm sai lầm hoặc yếu kém của bản thân mình.

Cũng xin nói ngay để tránh sự hiểu lầm, tôi vui mừng không phải vì đã đạt đến sự *"khen chê bất động"*, mà vì một suy nghiệm rất đơn giản trong lãnh vực học thuật. Một khi đã nêu ra tiên đề phê phán vấn đề gì, chắc chắn người viết sẽ có trách nhiệm tiếp tục đưa ra những luận cứ thuyết phục người đọc về nội dung phê phán đó. Vì thế, nguyên nhân vui mừng thực sự của tôi không phải là vì "bị chê", mà nó nằm xa hơn chút nữa là vì tôi hết sức háo hức mong đợi được nghe phân tích những bất ổn, yếu kém hoặc sai lầm của mình đã dẫn đến sự phê phán trên. Và tất nhiên, đó mới là điểm quan tâm chính.

Bỗng nhiên tan biến... chẳng cần nguyên do

Với sự háo hức mong chờ của đứa học trò lần đầu tiên được vị thầy hứa khả việc chỉ dạy, tôi tiếp tục đọc ngấu nghiến phần còn lại của bài viết để mong thấy được những luận cứ nhằm giải thích cho sự phê phán trên, không chỉ là với bài viết của tôi mà cả với hai bài của Jayarava và Giáo sư Lê Tự Hỷ, bởi đây hẳn là cơ hội "có một không hai" để tôi học hỏi từ chính những sai lầm hoặc yếu kém của họ khi được anh Trịnh Đình Hỷ chỉ ra.

Tuy nhiên, sự háo hức mong chờ của tôi hóa ra chỉ là... mơ mộng hảo, vì ngay sau đó cho dù đã đọc rất kỹ toàn bài viết, tôi không tìm được bất kỳ luận cứ nào tương hợp với những nội dung phê phán trên. Thay vì vậy, nhận xét đầu tiên của tôi sau khi đọc xong là bài viết của anh Trịnh Đình Hỷ quả là... vô cùng khó đọc. Sự khó đọc này có nguyên do của nó. Tuy là một bài viết "phê bình tổng hợp" nhưng tác giả lại không xây dựng được một dàn ý tổng hợp cho toàn bài viết để người đọc tiện theo dõi, mà lại viết lan man theo lối... điểm sách, nghĩa là cứ *"tuần tự nhi tiến"* mà liệt kê tất cả các điểm anh đọc thấy trong mỗi bài viết, ngay cả những điểm anh ghi rõ là *"không có gì để nói"* nhưng vẫn cứ liệt kê ra. Điều này thật khác thường, vì theo nguyên tắc thông thường thì chúng ta chỉ nêu ra và phê bình một ý kiến của tác giả khác khi bản thân ta có ý kiến rõ ràng, hoặc tán thành, hoặc phản đối, nhưng một khi đã *"không có gì để nói"* thì nêu ra làm gì cho rối mắt và mất thời gian của người đọc?

Hơn thế nữa, sau khi lướt qua hết phần "điểm sách" như trên, đến mục cuối cùng được ghi rõ ràng là "Kết luận" thì người đọc chắc chắn phải trông chờ một ý kiến tổng kết, một phán quyết cuối cùng về cái tiên đề lớn lao anh đã nêu ra ở đoạn mở đầu, nhưng rồi tất cả những gì anh viết trong *"kết luận"* lại không liên quan gì đến nội dung ấy cả.

Đó là một vài cảm nhận tổng quát ban đầu. Trước khi đi sâu vào bài viết, tôi muốn dẫn lại ở đây một đoạn đối đáp trong kinh Tỳ-kheo Na-tiên, giữa đức vua Di-lan-đà và Tỳ-kheo Na-tiên:

Vua lại hỏi: "Bạch đại đức, ngài có thể cùng với trẫm đối đáp về nghĩa lý trong kinh điển hay chăng?"

Đại đức Na-tiên đáp: "Nếu như đại vương theo cách nói chuyện của bậc trí giả mà cùng bần tăng vấn đáp thì có thể được. Bằng như theo cách nói chuyện của hàng vương giả kiêu ngạo thì không thể được."

Vua hỏi: "Cách nói chuyện của bậc trí giả là như thế nào?"

Na-tiên đáp: "Bậc trí giả khi nói chuyện thì chất vấn lẫn nhau đến cùng cực, giải thích cho nhau để cùng hiểu được vấn đề, khi tranh luận sẵn lòng chấp nhận có hơn có kém, có thắng có bại, có đúng có sai, tự biết nhận ra lý lẽ đúng đắn nhất, sáng suốt nhất. Bậc trí giả không hề có sự giận dữ, nóng nảy khi tranh luận. Cách nói chuyện của bậc trí giả là như thế." [6]

Tôi sẽ vô cùng cảm kích nếu anh Trịnh Đình Hỷ hoan hỷ chấp nhận tinh thần này. Những phân tích dưới đây sẽ dựa trên chính những điều anh viết ra chứ không qua suy diễn, và tôi sẽ rất vui khi nhận được các ý kiến không đồng thuận nếu có. Rất nhiều trong số bạn bè của chúng ta có thể là những người trước đây đã từng có bất đồng trong tranh luận, nhưng sau khi giải quyết xong vấn đề thì chúng ta hãy là bạn tốt của nhau, cùng giúp nhau tu học. Thế giới này tuy đông đảo nhưng những người có duyên biết đến nhau hẳn không nhiều lắm, và nếu có được đôi chút tương đồng về niềm tin, tín ngưỡng thì lại càng ít hơn. Vì thế, chúng ta nên trân trọng điều đó.

Phê mà... chưa phê

Tôi đã hoan hỷ đón nhận lời phê phán của anh Hỷ đưa ra ở đầu bài viết, dù không được hoan hỷ lắm ở phần sau vì không tìm được luận cứ thuyết phục chứng minh cho những phê phán ấy. Cụ thể, anh bày tỏ sự thất vọng về *"chất lượng, chiều sâu cũng như tầm nhìn"* của cả 3 bài viết, nhưng anh không chứng minh cho người đọc thấy chúng kém cỏi như thế nào (chất lượng), chúng cạn cợt ở đâu và đến mức độ nào (chiều sâu) cũng như chúng thiếu tầm nhìn ở những khía cạnh nào. Và anh cho rằng *"phần lớn đặt nặng vào hình thức hơn vào nội dung, và luẩn quẩn trong các chi tiết nhỏ nhặt"* nhưng cũng không chỉ ra cho người đọc thấy được những điểm nào trong các bài viết đã khiến anh đưa ra nhận xét đó. Anh cũng cho rằng các tác giả đã *"không thấu hiểu dụng tâm của tác giả"* (ở đây anh dùng chữ tác giả để chỉ thầy Nhất Hạnh là không chính xác, vì thầy đang được đề cập như dịch giả của Tâm kinh), nhưng lại không chỉ ra cái *"dụng tâm"* đó là gì, nó đã bị hiểu sai hoặc phớt lờ đi ra sao để anh có thể kết luận rằng cả 3 tác giả đều đã không hiểu được.

Rất có thể bản thân anh đã nhận hiểu được những điều anh đưa ra, nhưng muốn chỉ cho người đọc thấy được và đồng thuận, chấp nhận ý kiến của mình, anh cần phải viết một cách cụ thể và đầy đủ hơn nữa, phải chứng minh được ý nghĩa chuẩn xác của từng từ ngữ mà mình đã đưa ra khi phê phán.

Điều trớ trêu là khi anh đưa ra các phê phán trong bài viết của anh thì chính ở đó lại bộc lộ nhiều điểm... cần phê phán. Tôi sẽ không *"tuần tự nhi tiến"* điểm qua hết những gì anh viết, vì như thế sẽ làm mất nhiều thời gian của người đọc, chỉ xin điểm qua một vài nét mà chính anh cho là quan trọng nhất mà thôi.

Phê bình bài viết của Jayarava, anh đưa ra 2 đặc điểm:

"Thứ nhất, sự chỉ trích Bản dịch của TNH nói chung rất nặng nề, điều ít khi thấy nơi các nhà nghiên cứu Phật học nghiêm chỉnh."

Khách quan mà nói, việc chỉ trích nặng nề hay không nặng nề thật ra không liên quan gì đến tính "nghiêm chỉnh" của một nhà nghiên cứu Phật học. Một bài viết có thể hết sức từ tốn, nhẹ nhàng... nhưng không có sự nghiên cứu nghiêm túc, không đưa ra những cứ liệu xác đáng và thuyết phục, không có sự lập luận chặt chẽ và mạch lạc... thì chắc chắn tác giả không thể là một nhà nghiên cứu nghiêm chỉnh. Ngược lại, một bài viết với văn phong thiếu sự từ hòa, thậm chí sử dụng từ ngữ dễ gây tổn thương cho người đọc, nhưng nếu hội đủ các yêu cầu của nghiên cứu khoa học thì người đọc sẽ vẫn chấp nhận đó là một nhà nghiên cứu "nghiêm chỉnh". Tất nhiên, đó là chỉ nói cho cạn ý thôi, để thấy tiêu chí anh đưa ra là không hợp lý. Còn trong Phật học thì tất nhiên ai cũng ủng hộ một sự trao đổi nhẹ nhàng, từ ái và cảm thông.

Tuy nhiên, hai chữ "nặng nề" anh dùng đó cũng chỉ là cảm nhận của riêng anh. Một người đọc khác, chẳng hạn như tôi, khi đọc bản Anh ngữ của Jayarava lại không thấy có gì là nặng nề, mà chỉ thấy đó là sự chuẩn xác và trung thực. Rất có thể anh bị ảnh hưởng phần nào từ bản Việt dịch của Phước Nguyên như anh có nhắc đến sau đó, nhưng nếu vậy thì không thực sự công bằng khi phê phán. Để phê phán Jayarava thì yêu cầu trước hết là phải đọc trực tiếp từ những gì ông ấy viết ra mà thôi. Qua đặc điểm thứ nhất mà anh đưa ra, tôi tin chắc rằng không một độc giả "nghiêm chỉnh" nào có thể được anh thuyết phục rằng Jayarava là một nhà nghiên cứu "không nghiêm chỉnh" chỉ vì ông ấy đã phê phán "nặng nề". Anh cũng tiếp tục nêu ý riêng của mình khi cho rằng Jayarava "có vấn đề" với Tâm kinh, nhưng trong suốt bài viết của mình anh không chứng minh rõ được "vấn đề" này ở đâu như đã hứa.

Đặc điểm thứ hai mà anh nhận xét về Jayarava là ông này "đặt nặng vào các điểm 'kỹ thuật', và lý luận chủ yếu về ngôn ngữ học (linguistics)". Và sau khi nêu ra đặc điểm này, anh... phê Jayarava rằng:

"Nhưng JA lại vấp phải một mâu thuẫn lớn: ông trách TNH chỉ dịch từ bản tiếng Hán chứ không phải từ bản tiếng Sanskrit, đồng thời ông cũng hoàn toàn đồng ý với thuyết của Jan Nattier, tức là Tâm Kinh là một tác phẩm được biên tập tại Trung quốc bằng tiếng Hán, và dịch ngược lại sang tiếng Sanskrit. Như vậy thì dịch Tâm Kinh từ bản tiếng Hán có gì là đáng trách? Và liệu có cần gì lý luận dài giòng về cách dịch tiếng Sanskrit trên Bản dịch mới này?"

Chỗ này anh sai hoàn toàn vì có lẽ đã không đọc kỹ bản văn của Jayarava. Đây là những gì Jayarava đã viết liên quan đến nội dung anh đề cập:

"*TNH likes to cite the Sanskrit text, because he still believes that this is the original, most authentic version of the text. As I say he appears to reject the Chinese origins thesis. But as I will show he is in fact translating from Chinese and only citing Sanskrit in order to add gravitas to his words."* [4]

(TNH muốn trích dẫn văn bản Sanskrit vì ông vẫn tin rằng đây là phiên bản ban đầu, xác thực nhất của bản kinh. Như tôi đã nói, ông có vẻ như phủ nhận thuyết nguồn gốc Trung quốc. Nhưng rồi tôi sẽ chỉ ra rằng thực tế ông ta đã dịch từ bản Trung quốc và việc trích dẫn tiếng Sanskrit chỉ để tăng thêm tính trang trọng cho phát biểu của ông ta mà thôi.)

Như vậy, Jayarava đâu có *"trách TNH chỉ dịch từ bản tiếng Hán chứ không phải từ bản tiếng Sanskrit"*? Ông chỉ đưa ra nhận xét rằng thầy Nhất Hạnh đã trích dẫn bản văn Sanskrit - điều này có thật, và tuy trích dẫn bản văn Sanskrit (thật ra thầy còn nói đã sửa cả nguyên văn Sanskrit) nhưng trong thực tế bản dịch của thầy là hoàn toàn dựa vào bản Hán văn. Và điều đó được Jayarava chứng minh rất nghiêm túc qua nhiều chi tiết. Người đọc có thể tin hoặc không tin ông ta, nhưng ở cương vị một nhà nghiên cứu ông đã nêu vấn đề một cách rất nghiêm túc và đầy tinh thần trách nhiệm.

Như vậy, qua cả hai đặc điểm anh chọn ra từ bài viết của Jayarava, anh đều đã đưa ra những phê phán không chuẩn xác, và cũng không liên quan đến *"mục tiêu ban đầu"* mà anh nêu ra ở đầu bài viết.

Phần phê bình bài viết của Giáo sư Lê Tự Hỷ thì vị này đã gửi lời cảm ơn anh rồi, tôi không nhắc lại ở đây. [7]

Về bài viết của tôi, thực sự anh cũng không... phê gì cả, chỉ đưa ra một số điểm góp ý. Vì những kết luận tôi đưa ra trong bài viết đều dựa vào chính những câu chữ của thầy

Nhất Hạnh đã viết, nên tôi nghĩ anh cũng không có gì để phàn nàn về những kết luận đó.

Về 3 điểm góp ý của anh với bài viết của tôi, xin lần lượt tiếp nhận dưới đây:

- NMT cho rằng *"chưa từng có vị tổ sư nào biên tập Tâm kinh cả"*: các nghiên cứu Phật học gần đây đưa tới kết luận ngược lại, và điều này sẽ được trình bày sơ qua trong chương sau.

Điều tôi viết ra là căn cứ vào thông tin chính thức đã được chấp nhận và lưu truyền qua hơn ngàn năm. Hiện nay, trong cả 3 bộ Đại Tạng Kinh phổ biến nhất là Càn Long tạng, Vĩnh Lạc Bắc tạng và Đại Chánh tạng đều ghi rõ bản dịch Tâm kinh đang lưu hành (và đang được chúng ta đề cập đến) là do ngài Huyền Trang dịch. Sách Khai Nguyên Thích Giáo Lục (開元釋教錄), quyển 8 (Đại Chánh Tạng, tập 55, kinh số 2154), trang 555, tờ c, dòng thứ 3-4 chép rõ ràng về ngày tháng năm và nơi tiến hành dịch bản kinh này như sau:

般若波羅蜜多心經一卷... (Bát-nhã ba-la-mật-đa Tâm kinh, nhất quyển)

貞觀二 十三年五月二 十四日於終南山翠微宮譯沙門知仁筆受 (Trinh Quán nhị thập tam niên, ngũ ngoạt nhị thập tứ nhật, ư Chung Nam sơn, Thúy Vi cung dịch, sa-môn Tri Nhân bút thọ)

Bát-nhã Ba-la-mật-đa Tâm kinh, một quyển. Niên hiệu Trinh Quán thứ 23 (Dương lịch 649), vào ngày 24 tháng 5, dịch tại núi Chung Nam, trong cung Thúy Vi, Sa-môn Tri Nhân làm bút thọ.

Như vậy, việc thừa nhận Tâm kinh do ngài Huyền Trang dịch không phải ý riêng của tôi, mà là thông tin chính thức hiện đang được cộng đồng Phật tử khắp nơi chấp nhận và sử dụng, kể cả các học giả gần đây nhất đã tham gia biên tập hình thành Đại Chánh tân tu Đại Tạng Kinh. Và nếu Tâm kinh do ngài Huyền Trang dịch từ Phạn bản sang thành Hán ngữ, thì điều tất nhiên là chưa từng có bất kỳ tổ sư nào biên tập Tâm kinh cả!

Còn việc *"các nghiên cứu Phật học gần đây đưa tới kết luận ngược lại"* thì đó chỉ có thể là một thông tin tham khảo mà thôi. Hẳn anh thừa biết là trong y khoa cũng thế, khi một kết quả còn trong phạm vi nghiên cứu, vị bác sĩ không thể áp dụng vào việc khám và điều trị cho bệnh nhân, mà phải đợi đến khi nào kết quả đó được chính thức công nhận trên phạm vi quốc gia hoặc quốc tế. Khi chưa được cộng đồng công nhận, mọi kết quả nghiên cứu chỉ nên dùng để tham khảo mà thôi. Đó không phải ý kiến của riêng tôi, mà là một nguyên tắc khoa học. Việc tin rằng có vị tổ sư nào đó đã biên tập Tâm kinh là quyền của mỗi người, nhưng việc sử dụng thông tin này như một nguồn chính thức khi chưa được cộng đồng Phật tử công nhận là điều sai lầm. Trong nghiên cứu Phật học, nếu không phân biệt rõ giữa thông tin chính thức và thông tin tham khảo thì kết quả nghiên cứu sẽ không bao giờ có được độ tin cậy.

- *Theo EC, các ý tưởng Mật giáo đã bắt đầu thâm nhập Kinh Bát Nhã từ khoảng năm 600, và theo các nhà Phật học McRae và Fukui...*

Góp ý này của anh rất tiếc là... lạc đề. Nhận xét trong bài của tôi liên quan đến đoạn văn này của thầy Nhất Hạnh:

"Tâm kinh Bát-nhã ra đời muộn khi tín ngưỡng mật giáo đã bắt đầu thịnh hành. Vị tổ sư biên tập Tâm kinh đã muốn tín đồ Mật giáo đọc tụng Tâm kinh, nên trong đoạn cuối đã trình bày Tâm kinh như một linh chú."

Như vậy anh đâu cần trích dẫn Edward Conze cũng như

các nhà Phật học khác để giải thích về việc đưa yếu tố Mật giáo vào Tâm kinh? Vấn đề tôi nêu ra ở đây là sự mâu thuẫn về niên đại, vì thầy Nhất Hạnh cho rằng *"khi tín ngưỡng Mật giáo đã bắt đầu thịnh hành"*. Xin chú ý hai chữ *"thịnh hành"*, có nghĩa là đã có nhiều người tin theo, đã phát triển đến một mức khá phổ biến. Và lịch sử ghi nhận một giai đoạn *"thịnh hành"* như thế của Mật giáo tại Trung Hoa sớm nhất cũng phải rơi vào niên đại của ngài Bất Không (sinh năm 705 và mất năm 774), tức là sau ngài Huyền Trang gần 2 thế kỷ.

- Đối với NMT, Tâm Kinh trước hết là một bài chú, được trì tụng với niềm tin ở sức mạnh che chở và giải thoát của nó. Tôi hoàn toàn tôn trọng niềm tin này, cũng như niềm tin trong mọi tôn giáo...

Điểm góp ý này anh sai hoàn toàn vì không đọc kỹ những gì tôi viết. Tôi viết như sau:

"Tâm kinh Bát-nhã trước hết là một bài chú đối với rất nhiều người. Trong số hàng triệu Phật tử trì tụng Tâm kinh trong thời khóa công phu mỗi ngày của mình, không phải ai cũng hiểu thấu suốt được ý nghĩa của từng câu chữ."

Tôi thừa nhận rằng chính bản thân tôi trong tuổi ấu thơ cũng từng tiếp cận Tâm kinh như một bài linh chú, nhưng đó không phải điều tôi muốn nói ở đây. Điều tôi muốn nói là tâm trạng, là cảm nhận của rất nhiều người, và đó mới là điều quan trọng, mới là động lực để tôi nêu ra ý kiến phản biện của mình. Vì thế, việc anh nêu ra "Tân phái Trí tuệ" với "Cổ phái Trí tuệ" và "đặt nặng trí tuệ hơn đức tin"... đều là những lý lẽ không cần thiết. Và nhầm lẫn khởi đầu từ chỗ khi tôi viết *"đối với rất nhiều người"* thì anh lại đọc hiểu thành *"đối với Nguyễn Minh Tiến"*.

Ý kiến duy nhất hàm nghĩa phản biện mà tôi nhận ra được trong phần anh viết về bài viết của tôi có lẽ là khi anh cho rằng chuyện thầy Nhất Hạnh dịch lại Tâm kinh thật ra không quan trọng:

"Nhưng thật ra, nếu so sánh Bản dịch mới với các bản dịch trước, chúng ta sẽ thấy không có nhiều đổi thay quan trọng..."

Nếu anh đúng ở điểm này, thì cả Jayarava, Giáo sư Lê Tự Hỷ và tôi cùng với rất nhiều Phật tử khác quan tâm đến vấn đề này đều đã sai lầm khi nêu lên vấn đề mà không chịu *"so sánh Bản dịch mới với các bản dịch trước"* như anh đã làm, bởi vì qua đó anh đã thấy là *"không có nhiều đổi thay quan trọng"*.

Tuy nhiên, vấn đề đặt ra ở đây là, tuy anh nói thế nhưng chính thầy Nhất Hạnh lại xem việc đưa ra bản dịch mới này là cực kỳ quan trọng, vì theo ý thầy thì nó sẽ giúp xóa bỏ *"nhiều hiểu lầm qua các thời đại"* do sự *"vụng về"* của vị Tổ sư biên tập Tâm kinh trước đây.

Vậy là tầm nhìn của thầy Nhất Hạnh khi đưa ra *"bản dịch mới"* có thể đã không tương hợp với tầm nhìn của anh Trịnh Đình Hỷ khi đọc lại cũng chính *"bản dịch"* đó. Và do đó, ý kiến tưởng như *"xoa dịu"* của anh hóa ra lại đẩy vấn đề đến một góc độ khác, rằng thầy Nhất Hạnh đã làm một việc khá vô ích vì nó không quan trọng. Tôi nhận thấy anh lặp lại ý kiến này một lần nữa rõ rệt hơn ở phần kết luận sau đó.

Luận mà không kết...

Thầy Nhất Hạnh đã nêu lý do phải "dịch lại" Tâm kinh như sau:

"Sở dĩ Thầy phải dịch lại Tâm kinh, vì vị tổ sư biên tập Tâm kinh đã không đủ khéo léo trong khi sử dụng ngôn từ; do đó, đã gây ra nhiều hiểu lầm qua các thời đại..."

Các Ý Kiến Xoay Quanh Việc Dịch Mới

Tiếp đó thầy kể chuyện chú sa-di bị kéo mũi để chứng minh rằng *"sự hiểu lầm qua các thời đại"* đó chính là việc hiểu chữ *"không"* là *"không có gì"*.

Nhưng trong phần kết luận của bài viết, anh Trịnh Đình Hỷ đã không đồng ý về điều đó. Anh viết:

"Đối với tôi, cái tai hại khi hiểu lầm Tâm Kinh không phải hiểu chữ "không" là "không có gì". Điều đó, cũng như chuyện "chú tiểu bị vặn mũi", ít khi xảy ra."

Với một chuyện theo anh là không tai hại và *"ít khi xảy ra"*, nhưng thầy Nhất Hạnh lại xem là nguyên do khiến thầy phải *"dịch lại"* Tâm kinh, vậy nếu tin vào nhận xét của anh, chúng ta không thể không cho rằng thiền sư Nhất Hạnh đã làm một việc khá là vô ích.

Thật ra, trong một đoạn trước khi đi vào *"kết luận"*, anh Trịnh Đình Hỷ cũng đã kịp nêu ra một phê phán khác đối với thầy Nhất Hạnh. Anh viết:

"Cho nên, đối với tôi, mỗi khi đọc đến câu "viễn ly điên đảo mộng tưởng cứu cánh Niết-bàn", thì tôi vẫn nghĩ là Niết-bàn cũng là một mộng tưởng điên đảo mà mình phải viễn ly! Và tôi lấy làm lạ là tất cả các bản dịch, ngay cả của TNH, đều nói đến Niết-bàn như cứu cánh của vị Bồ tát."

Điều này hàm ý tất cả các bản dịch, kể cả bản dịch của thầy Nhất Hạnh, đều... sai, vì khiến người đọc hiểu lầm về một *"Niết-bàn như cứu cánh của vị Bồ Tát"*, trong khi anh Trịnh Đình Hỷ cho rằng Niết-bàn cũng là một *"mộng tưởng điên đảo"* cần phải viễn ly.

Thật ra, tôi đã đọc thấy thầy Tuệ Sỹ nhắc đến cách hiểu này trong một bài viết của thầy, nhưng không nói rõ là ý kiến của ai. Và thầy Tuệ Sỹ đã nhận xét: *"Giải thích này rất hay, nhưng hình như không thực tiễn, nếu hiểu theo trình tự tu tập Bát-nhã..."* [8]

Lời dạy của thầy quả là vô cùng thâm diệu. Giáo pháp là để tu tập, nếu nó hay mà không thực tiễn thì chỉ có thể nêu ra để... được người khác ngợi khen thôi, chẳng ích lợi gì.

Nhưng điều khiến tôi ngạc nhiên khi đọc phần Kết luận của bài viết không phải chuyện anh phê phán đúng hay sai, mà là vì những phê phán ấy... nằm không đúng chỗ. Thông thường, độc giả sẽ mong đợi một sự tóm kết, nhắc lại hoặc nhấn mạnh những điểm chính đã nêu trong bài, hoặc chí ít cũng là nêu ra quan điểm kết luận của người viết. Nhưng anh Trịnh Đình Hỷ không viết theo "thông lệ" ấy, mà anh tiếp tục đà "phê phán" mở rộng hơn trong chính phần Kết luận này. Và bây giờ là một phê phán nhắm vào Lục tổ Huệ Năng, được mở rộng xuống đến phần chú giải số 17 mà tôi trích kèm theo để độc giả tiện xem xét:

"Tai hại thứ hai, mà ít người nói tới, là hiểu "không" là "có", tức là "chân không là diệu hữu", đi tìm sự thật tuyệt đối, tối hậu, mà những Kinh Đại Thừa sau này gọi là Chân Như (tathatā), là Phật tánh (buddhata), là Như Lai tạng (tathāgatagarbha), là A-lại-da-thức (ālayavijñāna), là Pháp giới (dharmadhatu), v.v. (17)..."

(17) "Sự nhập nhằng này, nhiều vị Thiền sư cũng bị vướng phải, mặc dù Thiền tông lấy "tánh không", Kinh Bát Nhã làm căn bản. Chẳng hạn như Lục tổ Huệ Năng, sau khi nghe Thầy mình, Ngũ tổ Hoằng Nhẫn, giảng Kinh Kim Cang, bỗng hoát ngộ kêu lên: "Nào ngờ tự tánh vốn thanh tịnh, nào ngờ tự tánh vốn không sanh diệt, nào ngờ tự tánh vốn tự đầy đủ, nào ngờ tự tánh vốn không dao động, nào ngờ tự tánh sanh ra muôn pháp!". Trong câu này, Huệ Năng làm nổi bật lên "tự tánh", cũng như các khái niệm thường gặp trong Thiền tông, như "chân tâm", "tâm thường hằng, sáng chói", "tánh giác", "bản

lai diện mục", "Phật tánh", v.v., là những điều không thể có được theo tinh thần "tánh không" của mọi pháp, phủ nhận "tự tánh" (svabhāva), của Bát Nhã và Nāgārjuna."

Trong phần mở đầu nêu lý do *"dịch lại"* Tâm kinh, thầy Nhất Hạnh nhắc đến Lục tổ Huệ Năng với bài kệ *"Bản lai vô nhất vật"* và cho rằng ngài đã rơi vào chỗ *"chấp không"*. Trong phần Kết luận của bài viết này, anh Trịnh Đình Hỷ phê phán Lục tổ Huệ Năng là rơi vào *"chấp có"*. Cùng một vị Lục tổ ấy, thầy Nhất Hạnh chê là *"chấp không"*, anh Trịnh Đình Hỷ cho là *"chấp có"*. Điều này khiến tôi chợt nhớ đến một giai thoại thiền có liên quan đến Lục tổ với câu nói nổi tiếng: *"Không phải phướn động, không phải gió động, chính là tâm các ông động."* Trong trường hợp này, phải chăng Lục tổ nếu nghe được cũng sẽ phải từ bi mà nói rằng: *"Không phải Huệ Năng chấp có, không phải Huệ Năng chấp không, chính là tâm các ông đang chấp... đủ thứ!"*

Lục tổ Huệ Năng được xem là cội nguồn khởi phát chấn hưng Thiền tông Trung Hoa, các truyền nhân của ngài về sau đã khai sinh ra Ngũ gia Thất tông, trong đó có dòng thiền Lâm Tế. Tổ Liễu Quán của thiền Việt Nam là đệ tử dòng Lâm Tế, đời thứ 35. Thầy Nhất Hạnh thuộc dòng Liễu Quán, đời thứ 8; cũng được xem là thuộc dòng Lâm Tế, đời thứ 42. Hòa thượng Thích Thanh Từ thế phát xuất gia với Hòa thượng Thích Thiện Hoa; Hòa thượng Thích Thiện Hoa cầu học với Tổ Khánh Anh; Tổ Khánh Anh là đệ tử thuộc dòng Lâm Tế đời thứ 40...

Như vậy, Lục tổ Huệ Năng ít nhất cũng đã để lại cho người đời sau cả một gia tài pháp bảo lớn lao mà trong đó thầy Nhất Hạnh cũng như nhiều cao tăng Việt Nam đều được chia phần, nhờ tiếp nhận dòng truyền thừa tu tập Chánh pháp. Nếu niềm tin vào sự chứng ngộ của Lục tổ Huệ Năng bị lung lay do *"lý luận"* của những người như thầy Nhất Hạnh hay anh Trịnh Đình Hỷ, tôi thật không dám chắc rằng thế hệ Phật tử tiếp theo sau nữa rồi sẽ đặt niềm tin vào đâu?

Tóm lại, điểm khác thường ở đây là sau khi đọc qua phần Kết luận của bài viết, tôi nhận ra anh đã *"luận"* thêm một số vấn đề khác thay vì *"kết"* lại.

Cốt lõi của bản dịch Tâm kinh mới

Cuối cùng rồi thì qua việc đọc kỹ bài viết của anh, tôi cũng bắt gặp được điểm cốt lõi nhất, ít ra là theo cách nhìn của anh. Đó là đoạn văn này:

"Thật ra, những lời phê bình này đều nhằm vào những chi tiết nhỏ nhặt, những điểm không quan trọng, "chẻ sợi tóc ra làm tư" mà không nhìn thấy cái chính, tức là cái đầu ở đâu!

Điều mới mẻ và đặc sắc của "Bản dịch Tâm Kinh mới" của TNH nằm ở sự thay đổi bất ngờ của những câu sau... ...Từ "không" được thay thế bằng cụm từ "không có mặt như một thực thể riêng biệt"."

Đoạn này nằm trong phần phê bình bài viết của Jayarava và là một trong những chỗ anh Trịnh Đình Hỷ nêu vấn đề rõ ràng, dễ hiểu. Qua đoạn văn này, người đọc dễ dàng tiếp nhận được ngay rằng đối với anh thì cốt lõi, điểm *"mới mẻ và đặc sắc"* của bản dịch mới nằm ở chỗ *"Từ 'không' được thay thế bằng cụm từ 'không có mặt như một thực thể riêng biệt'"*, và đây chính là *"cái đầu"*, là phần quan trọng nhất, theo nhận xét của anh.

Tôi không dám chắc về việc liệu thầy Nhất Hạnh có đồng ý với anh rằng đây là phần sửa đổi *"quan trọng"* hay *"đặc sắc"* nhất hay không, nhưng thật không may khi anh phê phán Jayarava *"nhằm vào những chi tiết nhỏ nhặt"*, *"không nhìn thấy cái chính"* mà lại đưa ra đoạn văn này để chứng minh. Vì sao vậy? Vì chính Jayarava đã phê phán đoạn *"dịch mới"* này của thầy Nhất Hạnh khá gay gắt, nên luận điểm mà anh nêu ra đã chứng minh một điều không mong muốn. Đó là anh không hề đọc kỹ bài viết của Jayarava. Trong bài viết, Jayarava phê phán đoạn *"dịch mới"* này của thầy Nhất Hạnh như sau:

"TNH gets around this by changing the text so that it now says that the skandhas are not separate entities. This is by no means bad doctrine from a Mahāyānist point of view, but it is also not what the text says. So TNH's "translation" is something that he has made up to solve an apparent problem (a post hoc rationalisation)."

(TNH giải quyết mâu thuẫn bằng cách thay đổi kinh văn để đoạn kinh này trở thành là: "các uẩn không có mặt như những thực tại riêng biệt". Theo quan điểm Đại thừa thì câu kinh sửa lại này tuy hoàn toàn không phải là tà kiến nhưng cũng không phải là những gì mà Tâm kinh muốn nói. Vì vậy, "bản dịch" của TNH là những gì do ông tạo ra để giải quyết một bất ổn hiển nhiên - một sự lý giải theo đuôi vấn đề.)

Chữ dùng của thầy Nhất Hạnh là *"thực tại"* nhưng anh đã dẫn lại thành *"thực thể"*, tôi không hiểu nguyên do.

Giáo sư Lê Tự Hỷ cũng không tán thành với sự thay đổi *"mới mẻ và đặc sắc"* này. Qua phân tích Phạn văn, Giáo sư chứng minh rằng việc làm như thế đã khiến cho đoạn văn này trở thành lặp ý với đoạn trước đó, và như vậy cũng đồng nghĩa với việc làm thay đổi, mất đi một phần ý nghĩa của Tâm kinh. Ông viết:

"Việc dịch ra câu này của thầy Nhất Hạnh, ngoài việc

khiến người đọc nghĩ "cái không" chiếm một phần trong không gian, còn chuyển "lời dạy về cách tu" của Bồ tát thành câu mô tả với ý "mọi cái từ sắc, thọ, tưởng, ..., ý thức giới" "đều không có mặt như những thực tại riêng biệt". Mà ý này thì Bồ tát đã dạy ở đoạn trên rồi!, đó là mọi hiện tượng đều không tự có như tôi đã nêu ra. Tâm kinh vô cùng súc tích thì đoạn dưới không thể trùng lắp ý với đoạn trên."

Như vậy, điều mà anh Trịnh Đình Hỷ cho rằng Jayarava *"không nhìn thấy"* thì trong thực tế chính anh mới là người không nhìn thấy, và cả hai tác giả Jayarava cũng như Giáo sư Lê Tự Hỷ đều đã chỉ ra điểm này quá rõ, cũng như cả hai người đều đồng ý rằng *"dịch lại"* như vậy là không đúng ý kinh. Nói một cách thẳng thắn hơn thì như thế chính là *"sửa kinh"* chứ không phải dịch kinh.

Việc chọn cùng lúc cả 3 bài viết để đưa ra phê phán dường như là một nhiệm vụ quá nặng nề đối với anh Trịnh Đình Hỷ, do đó mà anh đã bộc lộ rõ trong bài viết của mình một sai lầm căn bản nhất là chưa hề đọc kỹ các bài viết mà mình mang ra phê phán. Ngay cả tiêu đề bài viết của tôi khi trích lại anh cũng đã làm mất đi một chữ: *Có nên dịch lại Tâm kinh ~~hay~~ không.*

Về hai điểm phụ gia

Điều khá đặc biệt và bất ngờ là không chỉ tập trung *"mổ xẻ"* ba bài viết của Jayarava, Giáo sư Lê Tự Hỷ và tôi, anh Trịnh Đình Hỷ còn *"phụ gia"* hai đề tài khác vào bài viết của mình. Không hiểu chỉ là do ngẫu nhiên hay có nhân duyên gì khác, nhưng đây lại chính là hai điều tôi đang muốn đề cập đến vì nhận thấy có những khuynh hướng cực kỳ nguy hại hiện đang lan tràn nhanh chóng trong giới học Phật. Dưới đây là một vài nhận xét về các phần *"phụ gia"* của anh.

1. Những hiểu biết mới về nguồn gốc Tâm Kinh

Trong phần này, anh dẫn công trình nghiên cứu của Jan Nattier để chứng minh và đi đến kết luận rằng: *"Những khám phá mới này đã mang lại nhiều đổi thay trong sự hiểu biết về nguồn gốc của Tâm Kinh, và đã nhận được một sự hưởng ứng gần như đồng nhất trong giới nghiên cứu Phật học. Tuy nhiên người ta vẫn chưa biết rõ tác giả của Tâm Kinh là ai, chỉ biết là thời điểm xuất hiện là vào giữa hai nhà biên dịch Kinh Phật nổi tiếng này, tức là từ tk. 5 tới tk 7."*

Về mặt khảo cứu, có thể điều này cần thiết ở góc độ tìm hiểu lịch sử, nhưng trong thực tiễn tu học của người Phật tử, từ chỗ hiểu biết hiện nay rằng Tâm kinh do ngài Huyền Trang chuyển dịch, rồi nghiên cứu kỹ lưỡng để đi đến kết quả không biết là ai viết ra, liệu có chút giá trị thực tiễn nào chăng? Tuy nhiên, muốn biết giá trị và ý nghĩa thực sự của phần này, xin mời độc giả trực tiếp đọc đầy đủ trong bài viết của anh.[2] Ở đây tôi chỉ nêu ra một vài bất ổn qua sự trình bày của anh.

Thứ nhất, anh nói rằng kết quả nghiên cứu này *"đã nhận được một sự hưởng ứng gần như đồng nhất trong giới nghiên cứu Phật học"* nhưng không nói rõ là dựa vào đâu anh đưa ra thông tin này? Ai cũng có thể nói như vậy được cả, nhưng đã có hội nghị Phật giáo nào, tổ chức cộng đồng Phật giáo nào chính thức bày tỏ quan điểm về kết quả nghiên cứu này để có thể xem là một sự *"hưởng ứng gần như đồng nhất"*?

Thứ hai, anh viết: *"Hai bản dịch đầu tiên được gán cho Kumārajīva (đầu tk. 5) và Huyền Trang (tk. 7), nhưng hiện nay rất bị ngờ vực là không phải của họ (14)"*

Để chứng minh điều này, anh đưa vào chú thích số 14 như sau:

(14) Bản liệt kê mục lục Khai nguyên Thích giáo lục, xuất bản tk. 8 đời nhà Đường, lần đầu tiên ghi nhận bản dịch (gọi là) của Kumārajīva, mà không nói đến bản dịch (gọi là) của Huyền Trang...

Chú thích này không chính xác. Khai Nguyên Thích Giáo Lục (開元釋教錄) là tác phẩm tôi đã trích dẫn ở một phần trên, trong Hán ngữ gồm 20 quyển (Đại Chánh Tạng, tập 55, kinh số 2154). Tác phẩm này không những có nói đến bản dịch của ngài Huyền Trang trong quyển thứ 8, tại trang 555, tờ c, dòng thứ 3-4, mà còn nói rõ ràng cả ngày tháng năm dịch, nơi dịch, vậy tại sao anh cho là *"không nói đến"*?

Và tôi cũng không phải người duy nhất đã đọc và trích dẫn thông tin này từ Khai Nguyên Thích Giáo Lục, thầy Tuệ Sỹ có dẫn trong bài viết của thầy như sau:

Công trình phiên dịch của Tam tạng khởi sự từ năm Trinh quán 19 (TL. 645).[3] Đến năm Trinh quán 23 (TL. 648), tháng năm, ngày 24, Bát-nhã Tâm kinh được phiên dịch tại cung Thúy vi, núi Chung nam; sa-môn Tri Nhân bút thọ.[4]

Và ở chú giải số 4, thầy ghi rõ kinh số, trang, dòng... đã trích thông tin trên. [8]

Tuy nhiên, điều tôi muốn nhấn mạnh trong phần này không phải là độ chính xác quá kém trong việc trích dẫn và trình bày thông tin, mà là một sai lầm có tầm vóc lớn hơn như tôi đã đề cập ở một phần trên. Đó là, mọi thông tin, kết quả có được trong nghiên cứu Phật học khi chưa được công nhận thì không nên được xem như chính thức để mang ra trao đổi, giảng dạy cho quảng đại quần chúng Phật tử, vì điều này chỉ có hại mà không có lợi. Thật ra, trong nghiên cứu khoa học thì đây là một nguyên tắc. Phạm trù thông tin tham khảo có được từ các nghiên cứu đang tiến hành không bao giờ được phép sử dụng làm căn cứ chính thức cho các nghiên cứu khác, chỉ có thể sử dụng vào mục đích tham khảo mà thôi.

Tiếc thay, nhiều bậc thầy Phật giáo đang làm điều ngược lại. Việc thầy Nhất Hạnh nêu chuyện *"tổ sư biên tập Tâm kinh"* là một ví dụ. Điều đó chỉ gây thêm hoang mang cho người Phật tử chứ không giúp họ tiếp cận Kinh Phật dễ dàng hơn. Rất nhiều vị giảng sư, thượng tọa, đại đức khác hiện nay đang thường xuyên tuyên bố trước thính chúng Phật tử rất nhiều điều dựa vào... *"những nghiên cứu gần đây"*, mà nghiêm trọng nhất trong số đó là về *"nguồn gốc kinh Đại thừa"*. Lẽ ra, đối với người Phật tử nói chung, với các bậc thầy trong Phật giáo nói riêng, thì việc xác nhận nguồn gốc Kinh Phật chỉ nên dựa vào sự thực nghiệm tu tập của chính bản thân mình, nhưng có rất nhiều bậc thầy ngày nay lại ưa thích trích dẫn các *"kết quả nghiên cứu"* để rồi chỉ đạt đến một điều duy nhất là gây hoang mang cho người Phật tử. Hàng loạt các bài giảng phủ nhận kinh A-di-đà, kinh Địa Tạng, kinh Dược Sư v.v... đều rơi vào trường hợp này.

Tóm lại, việc nghiên cứu dù sao cũng chỉ là nghiên cứu, nó có thể mang lại nhiều lợi ích nếu chúng ta biết sử dụng thành quả nghiên cứu một cách đúng đắn, nhưng nếu chúng ta quá xem trọng cái gọi là *"kết quả nghiên cứu"* mà quên đi nó vẫn còn nằm trong phạm vi thông tin tham khảo, thì sự tai hại, nguy hiểm cho những người tiếp nhận thông tin là rất khó tránh khỏi.

Một khuynh hướng cực đoan ngược lại cũng đang được nhận thấy trong quan điểm của một số bài viết gần đây và ngay trong bài viết này của anh Trịnh Đình Hỷ. Đó là sự phân biệt theo lối *"hai chọn một"* giữa "học giả" và "hành giả", giữa "nhà nghiên cứu" và "người tu tập", hay giữa "học giả" và "thiền sinh".

Thay vì *"sính kết quả nghiên cứu"* và xem đó như yếu tố đáng tin cậy trong tu học, thì người rơi vào khuynh hướng này lại *"dị ứng"* với các học giả, nhà nghiên cứu... vì cho rằng họ chỉ *"săm soi gói trà"* chứ không biết *"mở gói trà ra thưởng thức"*. Trong một đoạn phê phán Jayarava, anh Trịnh Đình Hỷ đã viết:

"Tác giả có thể viết hơn 30 bài tiểu luận về Tâm Kinh mà vẫn chưa thấm nhuần được nó, có lẽ đó là điểm khác biệt giữa nhà nghiên cứu Phật học, và người tu và thực nghiệm đạo Phật."

Tôi đã đọc Jayarava khá kỹ và cũng từng trao đổi với ông qua thư từ. Tôi rất cảm kích sự sẵn lòng chia sẻ thông tin của ông, nhưng tôi thực sự không biết phải dựa vào đâu để có thể nhận xét là Jayarava đã *"thấm nhuần"* hay *"chưa thấm nhuần"* Tâm kinh. Có lẽ đó là điểm khác biệt giữa tôi với anh Trịnh Đình Hỷ, bởi ngay cả khi anh chưa đọc kỹ toàn bài viết của Jayarava (như trên đã chứng minh) nhưng cũng đã nhận ra được là ông này chưa thấm nhuần Tâm kinh. Hơn nữa, câu văn của anh hàm ý *"xếp"* Jayarava vào *"loại"* nhà nghiên cứu Phật học, và do đó *"phải khác biệt"* với *"người tu và thực nghiệm đạo Phật"*.

Cũng trong khuynh hướng này, một tác giả khác, Bác sĩ Tào Trọng Nhân đã viết:

"Người thiền sinh, cầm gói trà trên tay, ngắm nghía một chút, miệng mỉm cười tay nhẹ nhàng mở gói trà. Rồi họ pha trà... ... Khác hẳn học giả chỗ đó, họ uống trà và không hàn huyên luận bàn tranh cãi và nhất là không phê bình ai." [9]

Trong hai ví dụ dẫn trên, chúng ta thấy được một điểm chung là cả hai tác giả đều phân biệt theo lối *"hai chọn một"* giữa "học giả" và "hành giả", giữa "nhà nghiên cứu" và "người tu tập", hay giữa "học giả" và "thiền sinh", và theo minh họa rất sống động của tác giả Tào Trọng Nhân thì đó là những người *"bàn luận về trà"* và những người *"uống trà"*.

Tuy nhiên, quan niệm phân biệt cũng như hình ảnh minh họa này không đúng thực tế, cũng như cái tiêu chí mà tác giả Tào Trọng Nhân đưa ra đó nếu được cộng đồng Phật tử tin theo và áp dụng sẽ làm đảo lộn và phá nát tan tành cả khu rừng Phật giáo. Tôi sẽ chứng minh điều này.

Trong thực tế, chúng ta không thể vô cớ phân biệt rạch ròi giữa việc nghiên cứu Phật học *như một học giả* với việc thực hành đạo Phật *như một hành giả*. Không có bất kỳ lý do nào ngăn cản một người nghiên cứu sâu về Phật học lại không thể áp dụng những hiểu biết đó vào đời sống hằng ngày của chính mình. Ngược lại, trong quy trình tu tập chuẩn mực nhất cho mọi tông phái đạo Phật là *"Giới - Định - Tuệ"* thì việc tu tập phải gắn liền với nghiên cứu học hỏi. Nếu một người tuyên bố chỉ lo tu tập thôi không cần đọc hiểu nhiều Kinh điển, Giáo pháp, thì chúng ta cần phải đặt câu hỏi là người ấy sẽ tu tập như thế nào? Liệu có đúng với tinh thần Phật pháp hay không? Mà khi đã nghiên cứu học hỏi Kinh điển thì điều tất nhiên sẽ phát sinh các vấn đề hiểu đúng hoặc hiểu sai, cần có sự phân tích, trao đổi, phê bình để tìm ra chuẩn mực đúng nhất... miễn là luôn giữ theo được tinh thần của Tỳ-kheo Na-tiên như tôi đã dẫn ra ở đầu bài viết này.

Lịch sử Phật giáo cho thấy hầu hết, nếu không nói là tất cả, các bậc cao tăng đều cũng đồng thời là những học giả, nhà nghiên cứu. Hòa thượng Thích Trí Tịnh nếu không là một học giả Phật giáo thì chúng ta sẽ không có rất nhiều bản Việt dịch Kinh điển; Hòa thượng Thích Minh Châu nếu không là một học giả, nhà nghiên cứu uyên bác thì chúng ta sẽ không có được cả tạng kinh Pali được Việt dịch để căn cứ vào đó mà tu tập; thầy Nhất Hạnh cũng là một học giả, nhà nghiên cứu qua tác phẩm *Việt Nam Phật giáo sử luận* nổi tiếng dưới tên Nguyễn Lang... Trở ngược về quá khứ lâu xa hơn thì các thiền sư Vạn Hạnh, Pháp Thuận, Khuông Việt và rất nhiều các thiền sư đời Lý, Trần... đều là những học giả uyên bác, cả thế học lẫn đạo học. Nếu *"xếp"* tất cả các vị này vào *"nhóm"* học giả, những người *"không biết uống trà"* thì e rằng Phật giáo sẽ không còn tồn tại đến ngày nay!

Lại nữa, cứ theo tiêu chí phân biệt này: *"Khác hẳn học giả chỗ đó, họ uống trà và không hàn huyên luận bàn tranh cãi và nhất là không phê bình ai"* thì thầy Nhất Hạnh là người trước tiên phải loại ra khỏi *"nhóm uống trà"*, vì trước khi *"dịch lại"* Tâm kinh thầy đã phê bình ít nhất là một *"tổ sư biên tập Tâm kinh vụng về"*, một Tuệ Trung Thượng Sĩ dạy người *"quá đà"* và một Lục tổ Huệ Năng *"rơi vào chấp không"*. Ngay cả việc anh Trịnh Đình Hỷ viết bài phê phán Jayarava, Giáo sư Trịnh Đình Hỷ và tôi thì cũng có thể là nguyên do để *"khai trừ"* anh ra khỏi *"nhóm uống trà"*.

Trong thực tế, quá trình đến với đạo Phật của một người Phật tử chân chánh không đơn giản như mô tả của tác giả Tào Trọng Nhân, như là *"cầm gói trà trên tay, ngắm nghía một chút, miệng mỉm cười tay nhẹ nhàng mở gói trà. Rồi họ pha trà... ..."* Tất nhiên, ai trong chúng ta cũng đều mơ ước, giá mà vấn đề thực sự đơn giản như thế! Một người quen của tôi trước khi chính thức xuất gia (dù phát nguyện từ lâu) đã phải dành ra hơn 3 năm đi khắp đó đây, trú ngụ ở mỗi ngôi chùa một thời gian ngắn, rồi cuối cùng mới chọn được một vị minh sư vừa ý để thế phát xuất gia. Trong hoàn cảnh hiện nay, nếu chỉ đơn giản *"cầm gói trà trên tay, ngắm nghía một chút... rồi pha trà"* thì có đến hơn 90% khả năng là người ấy sẽ uống nhằm *"trà dởm"* có pha hóa chất khi chế biến. Trong sự tu tập cũng giống như thế, với tình trạng *"tà sư loạn thế"* của ngày nay mà đơn giản hóa việc học Phật đến mức không chịu bỏ công đọc hiểu, tìm tòi nghiên cứu thì e rằng có đến chín phần mười khả năng dự báo là người như thế sẽ đi lạc đường mà thôi.

Cho nên, nếu cộng đồng Phật tử tin theo những mô tả và tiêu chí của tác giả Tào Trọng Nhân đưa ra, điều đó sẽ dẫn đến việc tất cả các bậc cao tăng từ trước đến nay đều cần phải *"xét lại"* như những người *"không biết uống trà"*, bởi họ đều là những học giả, nhà nghiên cứu. Còn về phía người Phật tử cầu học, họ sẽ không dám tin theo, nghe theo bất kỳ vị thầy nào uyên bác nhiều Kinh điển, vì có khả năng là vị ấy *"không biết uống trà"*. Ngược lại, bản thân họ cũng sẽ hết sức ngần ngại khi mở Kinh điển ra đọc, vì lại sợ chính mình cũng đang rơi vào nhóm *"không biết uống trà"*. Trong một tình trạng hỗn loạn như thế, chẳng phải là khu rừng Phật giáo sẽ bị đảo lộn và phá nát tan tành hay sao?

Tuy nhiên, tôi tin chắc điều đó sẽ không bao giờ xảy ra, bởi những người Phật tử với niềm tin chân chánh sẽ luôn có đủ sáng suốt để tự chọn cho mình một con đường tu tập mà không dễ dàng chịu sự tác động sai lệch từ bên ngoài.

2. Về ý nghĩa của từ "śūnyatā" (tánh không)

Trong phần này anh Trịnh Đình Hỷ đã giảng giải rất kỹ về từ nguyên Phạn, Hán của hai chữ *"tánh không"* để đi đến kết luận cuối cùng như sau:

"Như vậy, tất cả các pháp đều là śūnya (không), đều không phải là thực thể, đều không có tự tánh; ngay cả nirvāṇa (Niết-bàn). Cho nên, đối với tôi, mỗi khi đọc đến câu "viễn ly điên đảo mộng tưởng cứu cánh Niết-bàn", thì tôi vẫn nghĩ là Niết-bàn cũng là một mộng tưởng điên đảo mà mình phải viễn ly! Và tôi lấy làm lạ là tất cả các

bản dịch, ngay cả của TNH, đều nói đến Niết-bàn như cứu cánh của vị Bồ Tát."

Trong một phần trên tôi có dẫn lời thầy Tuệ Sỹ về cách hiểu *"tánh không"* theo lối này, nghĩa là xem *"Niết-bàn"* cũng là không. Thầy dạy rằng cách hiểu này *"rất hay nhưng không thực tiễn"*, và đã thế thì có lẽ không cần bàn sâu thêm nữa.

Tuy nhiên, điều cần bàn thêm ở đây là khi anh Trịnh Đình Hỷ vận dụng cách hiểu này để cho rằng Lục tổ Huệ Năng là người *"chấp có"*:

"... ...Lục tổ Huệ Năng, sau khi nghe Thầy mình, Ngũ tổ Hoằng Nhẫn, giảng Kinh Kim Cang, bỗng hoát ngộ kêu lên: "Nào ngờ tự tánh vốn thanh tịnh, nào ngờ tự tánh vốn không sanh diệt, nào ngờ tự tánh vốn tự đầy đủ, nào ngờ tự tánh vốn không dao động, nào ngờ tự tánh sanh ra muôn pháp!". Trong câu này, Huệ Năng làm nổi bật lên "tự tánh", cũng như các khái niệm thường gặp trong Thiền tông, như "chân tâm", "tâm thường hằng, sáng chói", "tánh giác", "bản lai diện mục", "Phật tánh", v.v., là những điều không thể có được theo tinh thần "tánh không" của mọi pháp, phủ nhận "tự tánh" (svabhāva), của Bát Nhã và Nāgārjuna."

Ngược lại, thầy Nhất Hạnh có cách nhìn hoàn toàn ngược lại nên đã ra tuyên bố cho rằng Lục tổ *"chấp không"*. Thầy viết: *"Cho đến bài kệ kiến giải tương truyền là của tổ Huệ Năng cũng bị kẹt vào ý niệm vô đó: 'bản lai vô nhất vật!'"*

"Kẹt vào ý niệm vô" có nghĩa là chấp không, vướng mắc vào cái không. Vấn đề ở đây là, cùng dựa vào một khái niệm tánh Không, cùng trên một hệ quy chiếu là những kiến giải trong nhà Thiền, anh Trịnh Đình Hỷ soi thấy Lục tổ Huệ Năng là người *"chấp có"*, còn thầy Nhất Hạnh cho rằng ngài *"chấp không"*. Điều này đặt người học Phật trước một tình

huống hoang mang nan giải vì không biết phải lý giải tánh không theo cách nào mới đúng.

Với sự khác biệt về nhận thức này, tôi chợt liên tưởng đến việc hai người cùng đi trên một con đường và bàn cãi về một hình ảnh vừa hiện ra thấp thoáng từ xa, người thì bảo đó nhất định là cây cột đèn, người thì khăng khăng cho rằng đó là cây trụ điện... Những người đi đường tỉnh táo có lẽ không nên rơi vào sự tranh cãi khác biệt đó, mà hãy bình tĩnh đi tiếp đến gần hơn, tự khắc sẽ phân biệt được đó là cột đèn hay trụ điện. Cũng vậy, tánh không là một khái niệm mà người học Phật sẽ phải nhận hiểu thấu triệt trên đường cầu đạo giải thoát, nhưng với những Phật tử sơ cơ cũng không cần phải rối trí hoang mang với những tranh cãi như trên, mà nên tỉnh táo quay về với pháp môn tu tập hằng ngày của mình. Theo lời dạy đơn giản mà sâu xa của đức Phật trong kinh Đại Bát Niết-bàn thì:

諸惡莫作
諸善奉行
自淨其意
是諸佛教

Chư ác mạc tác,
Chúng thiện phụng hành,
Tự tịnh kỳ ý,
Thị chư Phật giáo.[1]

Không làm các việc ác,
Thành tựu mọi điều lành,
Giữ tâm ý trong sạch,
Chính lời chư Phật dạy.

---

[1] Kinh Đại Bát Niết-bàn, quyển 14, Đại Chánh Tạng Tập 12, Kinh số 375, trang 693, tờ c, dòng thứ 12-13.

Và đó có lẽ là sự chọn lựa tốt nhất đối với đại đa số Phật tử, những người không có khả năng đưa ra phán xét về việc liệu thầy Nhất Hạnh hay anh Trịnh Đình Hỷ mới là người nói đúng. Chỉ cần quay về thọ trì Năm giới thật cẩn trọng, tu tập tránh ác làm thiện ngay trong cuộc sống hằng ngày, giữ gìn tâm ý trong sáng, thanh tịnh, trừ bỏ mọi ý niệm tham lam, sân hận, si mê... thì đến một ngày không xa nào đó, chắc chắn rồi cũng sẽ có được khả năng tự mình phân biệt giữa "cột đèn" hay "trụ điện" mà thôi.

Thay lời kết: Tâm tình với anh Trịnh Đình Hỷ

Viết đến đây tôi mới chợt nhớ là mình vẫn chưa chính thức ngỏ lời cảm ơn anh vì đã cho tôi cơ hội viết ra bài này. Xin thành thật cảm ơn anh vẫn đủ kiên nhẫn để đọc đến những dòng cuối này. Cảm ơn anh vì tuy chưa quen biết nhau nhưng anh vẫn không ngại dành thời gian đọc bài viết trước đây của tôi để phân tích góp ý, và cảm ơn anh vì đã nêu ra đúng những vấn đề tôi muốn bàn bạc, trao đổi cùng những người học Phật.

Biển học mênh mông, càng vào sâu càng nhiều sóng gió, nhưng tất nhiên là bù đắp lại cũng sẽ có vô số trân châu kỳ bảo đang chờ đợi khách hải hành. Thời gian sống đời này của mỗi chúng ta, nếu xét cho cùng thì trong vô số nhân duyên ràng rịt mỗi ngày, liệu có được bao nhiêu nhân duyên đưa ta đến gần hơn với Phật pháp, hay đa phần chỉ là những nghịch duyên cuốn ta ra xa? Bởi thế, khi có được thời gian để ngồi lại trao đổi về Phật pháp, tôi luôn hết sức trân quý cơ hội đó. Và tôi cũng trân quý cả thời gian của từng độc giả đã bỏ ra để đọc hết những dòng chữ tôi viết, xem đó là sự kết nối nhiệm mầu qua Phật pháp giúp cho những người chưa từng quen biết nhau vẫn có thể cảm nhận được đôi chút về nhau. Bằng tất cả sự trân quý đó, tôi luôn cẩn trọng, cân nhắc và chọn lựa từng từ ngữ, chỉnh sửa từng dấu chấm phẩy trong câu văn, để qua đó thể hiện lòng biết ơn sâu xa với Phật pháp và sự trân trọng vô cùng đối với từng độc giả. Suy cho cùng, trong hàng tỷ người trên thế giới này, con số những người có cơ hội biết đến nhau - dù chỉ là qua một bài viết này - chẳng phải là ít ỏi lắm sao?

Nhưng cho dù cẩn trọng đến đâu, hẳn cũng không tránh khỏi những sai sót nhất định. Chỉ vì anh đã bỏ công đọc bài của tôi và góp ý, tôi không thể không đáp lại tấm lòng tri ngộ đó. Vì thế, tôi cũng thành thật và thẳng thắn nêu ra hết những gì tôi nhận hiểu được qua bài viết của anh. Nếu có những điểm nào chưa thực sự chỉnh chu hay còn thiếu sót, rất mong anh cũng thật lòng trao đổi trên tinh thần của Tỳ-kheo Na-tiên như tôi đã dẫn. Thân kính chúc anh vạn điều an lạc.

Tham khảo

1. Bài viết đã đăng trên Thư viện Hoa Sen từ ngày 21/12/2017: https://thuvienhoasen.org/a29065/cot-loi-ban-dich-moi-tam-kinh-cua-thay-nhat-hanh-qua-bai-viet-cua-trinh-dinh-hy

2. Bài đăng trên Thư viện Hoa Sen từ ngày 16/12/2017: https://thuvienhoasen.org/a29043/ve-cac-bai-phe-binh-ban-dich-moi-tam-kinh-cua-thien-su-thich-nhat-hanh

3. Bài đăng trên Thư viện Hoa Sen từ ngày 10/11/2014: https://thuvienhoasen.org/a21807/co-nen-dich-lai-tam-kinh-hay-khong

4. Bài đăng trên website của tác giả từ ngày 4/3/2016: http://jayarava.blogspot.co.uk/2016/03/thich-nhat-hanhs-changes-to-heart-sutra.html

5. Bài đăng trên Thư viện Hoa Sen từ ngày 29/11/2017: https://thuvienhoasen.org/a28974/vai-nhan-xet-ve-van-de-dich-lai-tam-kinh-cua-thay-nhat-hanh

6. Kinh Tỳ-kheo Na-tiên, Nguyễn Minh Tiến Việt dịch, NXB Tôn giáo - 2003, trang 26.

7. Bài đăng trên Thư viện Hoa Sen từ ngày 18/12/2017: https://thuvienhoasen.org/a29055/vai-nhan-xet-ve-ve-cac-bai-phe-binh-ban-dich-moi-tam-kinh-cua-thien-su-thich-nhat-hanh-cua-bac-si-trinh-dinh-hy-

8. Dẫn vào Bát-nhã Tâm kinh, trích từ sách Thiền và Bát-nhã, D.T. Suzuki, Tuệ Sỹ biên soạn, NXB Phương Đông in lần 2, Hương Tích ấn hành. Xem trực tuyến trên Thư viện Hoa Sen: https://thuvienhoasen.org/a23445/dan-vao-tam-kinh-bat-nha

9. Gói trà đầu xuân (Bát-nhã Tâm Kinh - Học giả - Thiền sinh) - Bác sĩ Tào Trọng Nhân: https://thuvienhoasen.org/a29031/goi-tra-dau-xuan-bat-nha-tam-kinh-hoc-gia-thien-sinh-

PHẦN IV
MỘT SỐ NHẬN THỨC VỀ TÂM KINH

Dẫn vào Tâm kinh Bát-nhã[1]

Tuệ Sỹ

1. Các truyền bản Phạn văn

Mạc-hạ-diên, mà phương Tây gọi là sa mạc Gobi, sách xưa gọi là Sa hà, một bãi cát mênh mông, dài trên 800 dặm, nối liền hai nền văn minh tối cổ của nhân loại; trên không chim bay, dưới không thú chạy; cỏ không, nước cũng không, Huyền Trang một mình một bóng, đã vượt qua khỏi đoạn đường đầy kinh sợ và thường xuyên làm nản lòng những người kiên cường nhất, duy chỉ bằng vào lời kinh "Ma-ha bát-nhã ba-la-mật-đa tâm kinh."

Trước đó, khi Pháp sư còn ngụ tại chùa Không huệ, Ích châu, có gặp một thầy tăng bịnh hoạn, ghẻ chóc; thân mình hôi hám, y phục rách rưới bẩn thỉu. Huyền Trang động lòng trắc ẩn, dẫn vào chùa, cho y phục và lương phạn. Thầy tăng bịnh ấy hình như hổ thẹn, bèn trả ơn bằng cách dạy Pháp sư học thuộc bài kinh Bát-nhã ngắn gọn này.[1]

Khi vượt sa mạc đầy kinh sợ, với những hình bóng ma quái chập chờn, với ác quỷ kỳ hình dị trạng chợt hiện trước mặt, hoặc đuổi theo sau lưng. Trong những lúc kinh hãi cùng cực, Pháp sư niệm danh hiệu Bồ tát Quán Thế Âm. Nhưng vẫn không đuổi đi được bọn quỷ ma ám ảnh. Nhớ lại bài kinh

---

[1] Trích từ sách Thiền và Bát-nhã, D.T. Suzuki, Tuệ Sỹ biên soạn, NXB Phương Đông in lần 2, Hương Tích ấn hành. Xem trực tuyến ở đây: https://thuvienhoasen.org/a23445/dan-vao-tam-kinh-bat-nha

ngắn mà thầy tăng ghẻ chóc đã dạy cho lúc trước, Pháp sư bèn cất tiếng tụng niệm. Lạ lùng thay, mọi hình tượng quái dị biến mất. Quả thật đúng như lời kinh, "... chiếu kiến ngũ uẩn giai không, độ nhất thiết khổ ách." Có lẽ, như kinh nói, "...Bồ tát y bát-nhã ba-la-mật-đa cố tâm vô quái ngại. Vô quái ngại cố, vô hữu khủng bố, viễn ly điên đảo mộng tưởng..."

Truyền thuyết còn kể thêm rằng, về sau, trong thời lưu trú tại Ấn độ, lúc ngụ tại chùa Na-lan-đà, nước Ma-kiệt-đà (Magadha), bất chợt gặp lại thầy tăng trước kia. Thầy tăng nói:

"Thầy đã lặn lội hiểm nguy, cuối cùng đến được nơi này. Đó là nhờ ở pháp môn tâm yếu của chư Phật ba đời mà tôi đã truyền dạy cho thầy tại Chi-na. Nhờ kinh mà thầy được bảo vệ trên suốt cuộc hành trình. Nay đã thỉnh được kinh, tâm nguyện của thầy đã trọn rồi. Ta là Bồ tát Quan Thế Âm đây."

Nói xong, ngài biến mất vào hư không.[2]

Sau khi trở về Trung quốc, ngài Huyền Trang thực hiện các công trình phiên dịch, trước tác và diễn giải. Công trình sự nghiệp ấy, y chỉ trên diệu nghĩa "tức Sắc tức Không" của Tâm kinh Bát-nhã, đã lưu lại một di sản đồ sộ, có thể nói là di sản văn học tư tưởng vĩ đại nhất trong toàn bộ lịch sử nhân loại từ trước cho đến nay.

Công trình phiên dịch của Tam tạng khởi sự từ năm Trinh quán 19 (TL. 645).[3] Đến năm Trinh quán 23 (TL. 648), tháng năm, ngày 24, Bát-nhã Tâm kinh được phiên dịch tại cung Thúy vi, núi Chung nam; sa-môn Tri Nhân bút thọ.[4]

Bản Hán dịch này có chỗ không đồng nhất với bản phiên âm Phạn-Hán, được nói là do chính Tam tạng Pháp sư Huyền Trang thọ trì từ đức Bồ-tát Quán Tự Tại,[5] sao lục nguyên văn không nhuận sắc hay sửa đổi.

Truyền bản Phạn, từ đó là bản Hán âm và dịch của Huyền Trang, được gọi là Lược bản hay Tiểu bản. Bản Phạn này được chép trên vách đá chùa Hưng thiện, Tây kinh. Sau đó, nó được Truyền giáo Đại sư, tức Không Hải, mang về Nhật, lưu truyền như là tàng bản tại chùa Pháp long.[6]

Tâm kinh Hán dịch đầu tiên có lẽ được tìm thấy trong Kinh lục sớm nhất của Tăng Hựu. Đó là, Ma-ha bát-nhã ba-la-mật thần chú, 1 quyển, và Bát-nhã-ba-la-mật thần chú, 1 quyển.[7] Nhưng cả hai đều được liệt vào các kinh dịch đã thất truyền, do đó không rõ nội dung như thế nào, không biết nó là Quảng bản hay Lược bản, hay chỉ là đoạn thần chú. Trong hai bản đó, một bản được Phí Trường Phòng liệt vào các kinh dịch đời Hậu hán nhưng đã thất truyền.[8] Bản thứ hai được liệt trong số các kinh dịch thời Ngô Ngụy (Tam quốc), xác định là do Ưu-bà-tắc Chi Khiêm (phiên dịch, A.D. 223-253), người Nhục-chi, dịch dưới thời Ngụy Văn đế.[9] Bản này hiện cũng thất truyền.

Hiện lưu truyền trong Hán dịch, chỉ thấy hai bản thuộc Tâm kinh Lược bản, mà bản trước Huyền Trang là do Cưu-ma-la-thập. So với truyền bản của Huyền Trang, bản này (của La-thập) cho thấy gần hơn với một đoạn trong Đại phẩm Bát-nhã,[10] hay Đại bát-nhã, phần hai, quyển 403.[11]

2. Lược chú văn nghĩa

Căn cứ trên bản dịch của Huyền Trang, nhiều bản chú giải đã xuất hiện, dưới nhiều xu hướng và trường phái khác nhau. Do đó, ở đây chúng tôi thấy không cần thiết có thêm một bản chú giải khác nữa.

Tuy nhiên, do sự ngắt câu khác nhau khi đọc giữa các nhà chú giải cho nên dẫn đến một số chi tiết bất đồng. Ngay cả khi so sánh các bản dịch, giữa các bản dịch từ Quảng bản và Lược bản, chúng ta dễ dàng tìm thấy các dịch giả ấy cũng đã không thống nhất trong sự ngắt câu khi đọc nguyên bản Phạn. Phần dưới đây chúng tôi nêu một vài điểm dị biệt ấy.

1. Hành thâm bát-nhã:

Hầu hết các bản dịch Việt đều hiểu "thâm" như là trạng từ, do đó nó có nghĩa là "thực hành (một cách) sâu xa". Hoặc đơn giản hơn: "đi sâu vào Bát-nhã." Cách hiểu này được chấp nhận trong phần lớn các chú giải Trung quốc. Sớm nhất trong số này có thể kể là Viên Trắc (A.D. 613-696), người Triều tiên, môn đệ của Huyền Trang được trực tiếp trao truyền Duy thức học. Trong Tâm kinh tán,[12] khi giải thích câu "hành thâm bát-nha ba-la-mật-đa thời", Viên Trắc giải thích từ "thâm" như sau:

"Hành có hai loại. 1. Hành thâm. Trí vô phân biệt nội chứng hai Không, lìa các phân biệt, với hành tướng là không năng hành và sở hành. Đại phẩm nói, 'Không thấy hành, không thấy không hành, đó là Bồ tát hành thâm Bát-nhã.'[13] 2. Cảnh thâm. Hai lý Không lìa tướng hữu vô, dứt tuyệt các hý luận, trí vô phân biệt chứng thâm cảnh này."

Khuy Cơ cũng đồng cách giải như Viên Trắc: "... Y theo trước đó mà tu học, không thấy có tướng của hành. Pháp sở hành như vậy vì sao được nói là thâm? Diệu lý huyền vi thăm thẳm, hàng Nhị thừa không thể tỏ, phàm phu không thể suy trắc, do đó nói là thâm."[14]

Nhưng đoạn tiếp theo sau đó, khi giải thích "chiếu kiến ngũ uẩn giai không", Khuy Cơ lại nói, "Do hành thậm thâm Bát-nhã mà đắc chính huệ nhãn."[15] Thậm thâm Bát-nhã là cụm từ xuất hiện rất nhiều lần trong bản dịch Đại bát-nhã của Huyền Trang, chỉ cho trí của hàng Bồ tát do quán chiếu Không, khác với trí của hàng Thanh văn vốn không được gọi là thậm thâm.

Giải thích của Pháp Tạng, nói diệu hành của Bát-nhã có hai loại: cạn, đó là nhân không Bát-nhã; và hai là sâu (thâm) tức pháp không Bát-nhã.[16] Giải thích như vậy cho thấy, Bát-nhã quán chiếu pháp không là Bát-nhã sâu. Vậy, "thâm" ở đây được hiểu như là tính từ phẩm định ý nghĩa Bát nhã.

Tâm kinh chú giải của Tông Lặc và Như Kỹ cũng giải thích như Pháp Tạng, và cũng xác định rõ: "Hành, là tu hành. Thâm Bát-nhã, chỉ thật tướng Bát-nhã."[17]

Hầu hết các chú giải cổ Nhật bản đều đọc theo cách sau. Trí Quang, Bát nhã Tâm kinh thuật nghĩa, nói, "Bằng chính quán mà quán lý, niệm niệm tăng trưởng, gọi là hành. Thâm Bát-nhã là pháp được tu tập." Trong các bản dịch Tâm kinh Quảng bản, hầu hết đều dịch là "hành thâm Bát-nhã..."; duy bản dịch của Trí Tuệ Luân nói rõ là "hành thậm thâm Bát-nhã..."

Theo ngữ pháp chuẩn của Hán văn, người ta cũng phân biệt sự khác nhau giữa "thâm hành Bát-nhã" và "hành thâm Bát-nhã." Trong đó, phẩm định từ thường đi trước từ mà nó phủ định. Vậy, trong hiện tại, nên đọc như thế nào, "hành thâm/ Bát nhã..." hay "hành/thâm Bát-nhã..."?

Trong bản phiên âm Phạn Hán được nói là bản chính truyền của ngài Huyền Trang, câu này được phiên âm như sau: nghiễm-tỉ-ram bát-ra-nga-nhương bá-ra-nhị-đá tả-rị-diệm tả-ra-ma-nô. Nếu đọc theo văn Sanskrit với phiên âm La-tin chuẩn, ta có: gambīrām prajñāpāramitā-caryām caramāṇo. Đây là loại mệnh đề phân từ hiện tại, trong đó phân từ hiện tại caramāṇo (hành) đồng cách với chủ từ của nó là Avalokiteśvarabodhisattvo (Bồ-tát Quán Tự Tại). Phân từ này có túc từ trực tiếp của nó ở biến cách thứ hai là nghiệp cách, caryām (hành). Danh từ này có tính từ phẩm định của nó là gamīrām (sâu). Cụm từ pāramitācaryā (ba-la-mật hạnh) chỉ sự nghiệp cứu cánh vượt bờ bên kia của Bồ tát. Sự nghiệp ấy được thể hiện và đạt cứu cánh bằng Bát-nhã và trong Bát-nhã, do đó nói là prajñāpāramitācaryā, Bát-nhã ba-la-mật hạnh. Có lẽ do ý nghĩa này mà giải thích của Khuy Cơ như đã thấy vừa nói rằng sự nghiệp tu hành của Bồ tát trong Bát nhã hay về Bát-nhã, hành ấy là sâu thẳm, tức thâm hành. Nhưng cũng hàm ý, Bát nhã ấy vốn sâu thẳm, tức thậm thâm Bát-nhã. Hiểu theo nghĩa "thâm hành" thì Bát nhã không phải là đối tượng mà là sở y. Bồ tát thể hiện sự nghiệp Bồ tát đạo của mình bằng sự đi sâu vào trong Bát nhã, y chỉ trên Bát-nhã. Hiểu như vậy phù hợp với cách đọc từ bản hiệu đính trong Mahāyāna-saṃgraha-sūtra:[18] gambīrāyāṃ prajñā-pāramitāyāṃ caryāṃ cara-māṇo, Bồ tát thể hiện sự nghiệp trong Bát-nhã ba-la-mật thậm thâm. Đoạn sau của Kinh cho thấy rõ điều này: bodhisattvasya prajñāpāra-mitām āśritya viharato' cittā-varaṇaḥ, do y chỉ trên hay trong Bát-nhã ba-la-mật của Bồ tát mà an trú với tâm không bị trùm kín, hay sống đời sống mà tâm không chút vướng mắc.

Tuy nhiên, để hiểu rõ ý nghĩa của đoạn kinh này, ta cần lưu ý hai từ "hành" trong các Phạn bản (caryā, danh từ và caranaṇa, phân từ hiện tại) mà trong các bản Hán dịch lược bỏ đi một. Nếu dịch sát theo Phạn bản, ta sẽ có: "Bồ tát Quán Tự Tại trong khi đang thực hành hạnh Bát-nhã ba-la-mật thậm thâm," hay "...đang hành Bát bát-nhã ba-la-mật hạnh thậm thâm." Tức Bồ tát thể hiện đời sống của mình trên chính Bát nhã ba-la-mật. Đời sống (caryā: hành = hạnh) ấy là sâu thẳm (thậm thâm) vì y trên Bát-nhã ba-la-mật, vì chính Bát nhã ba-la-mật vốn thậm thâm.

2. Chiếu kiến ngũ uẩn giai không.

Văn nghĩa Hán của câu này rất rõ. Đối tượng quán chiếu ở đây là năm uẩn. Tuy nhiên, trong Phạn bản có điểm cần lưu ý. Lược bản nói: ...caryāṃ caramāṇo vyava-lokayati sma/ pañca skan-dhāḥ tāṃś ca svabhāva-śūnyān paśyati/ (Bồ tát) trong khi thể hiện sự nghiệp (hành Bồ tát hạnh hay Ba-la-mật hạnh), vị ấy đã chiêm nghiệm. Đây là năm uẩn và vị ấy thấy chúng là Không trong tự tính." Tố từ sma theo ngay sau vyalokayati (chiêm nghiệm, chiếu, thì hiện tại, trực thuyết cách), để chỉ hành động diễn ra liên tục từ quá khứ suốt đến vị lai. Điều này có nghĩa là hành vi chiêm nghiệm diễn ra liên tục trong suốt thời gian hành Bồ tát hạnh, cho đến khi đạt cứu cánh.

Pañca skandhāḥ là cụm từ độc lập, chủ cách (nominative), không thể làm túc từ cho bất cứ động từ nào. Cụm từ này ở đây có chức năng như một mệnh đề độc lập xác nhận sự tồn tại của năm uẩn. Do đó, ở đây năm uẩn không phải là đối tượng của chiếu hay kiến; mà đó là thực tại đang hiện hữu. Ý nghĩa của điều này có thể được minh giải bằng một đoạn văn trong Đại Bát-nhã, "Bồ-tát Ma-ha-tát trong khi hành Bát-nhã ba-la-mật-đa, hãy quán như vậy: thực có Bồ-tát; (nhưng) không thấy có Bồ-tát, không thấy danh từ Bồ tát, không thấy Bát-nhã ba-la-mật-đa, không thấy danh từ Bát-nhã ba-la-mật-đa, không thấy hành, không thấy không hành..."[19]

Trong Phạn văn Quảng bản, đoạn này được đọc là: kaścic chāriputra kulaputro vā kula-duhitā vā [asyāṃ] gambīrā-yāṃ prajñāpāramitāyāṃ car-yāṃ cartukāmaḥ, tenaivaṃ vyavalokitavyam - pañca skandhāś tāṃs ca svabhāvaśūnyān samanu-paśyati sma, "Này Śāriputra, thiện nam tử hay thiện nữ nhân nào muốn thể hiện sự nghiệp trong Bát-nhã ba-la-mật-đa thậm thâm này, người ấy hãy nên chiêm nghiệm như vậy: đây là năm uẩn, và người ấy luôn luôn quán sát chân chính chúng như là Không trong tự tính."

Trên nhận thức từ cơ cấu ngữ pháp trong các Phạn bản như vậy, đoạn dịch trong các bản Hán có thể được ngắt câu, tuy có vẻ gượng ép, như sau: hành thâm Bát-nhã ba-la-mật-đa thời chiếu/ kiến ngũ uẩn/ giai Không.

Điều cũng nên lưu ý thêm, là cả hai bản dịch từ Lược bản của Cưu-ma-la-thập và Huyền Trang đều nói "chiếu kiến ngũ uẩn giai không"; nhưng trong các bản dịch từ Quảng bản đều nói "chiếu kiến ngũ uẩn tự tính giai Không"[20] hay "ưng quán ngũ uẩn tính Không"[21]. Bản phiên âm Phạn Hán cũng đọc tương tự: bạn-tả tắc-kiến-đà-sa đát-thất-tả sa-phạ-bà thú-nhĩ-diệm bả-thất-dã-để sa-ma (pañca skandhās tāṃśca svabhāvaśūnyām paśyati sma).

Svabhāva, tự tính hay tự thể; đó là thể tính tự hữu của tồn tại, Nhưng vì, tất cả tồn tại đều tồn tại bởi tương quan tức quan hệ duyên khởi. Đại trí độ nói, "Thảy đều do nhân duyên hòa hiệp mà sinh khởi, nên (chúng) không có tự tính. Vì không tự tính, nên rốt ráo là Không."[22]

3. Độ nhất thiết khổ ách.

Câu này có trong cả hai bản dịch từ Lược bản, nhưng không thấy có trong các Phạn bản hiện hành, quảng cũng như lược, kể cả bản phiên âm Phạn Hán. Trong các bản dịch từ quảng bản, các bản sớm hơn như của Pháp Nguyệt, Bát-nhã, Trí Tuệ Luân thì có chứa nó; còn các bản tương đối muộn hơn của Pháp Thành và Thi Hộ thì không. Chi tiết này là dấu hiệu ảnh hưởng của Mật giáo trong hệ thống tư tưởng Bát-nhã. Chúng ta sẽ có dịp trở lại vấn đề này sau.

4. Thị chư pháp không tướng bất sinh bất diệt.

Một cách tổng quát, câu này thường được hiểu là "tướng Không của các pháp ấy bất sinh, bất diệt." Nghĩa là, tướng Không là bất sinh, bất diệt. Đây là giải thích của Tâm kinh tán: "Từ đây trở xuống, y theo sáu ý nghĩa để hiển thị Không tướng."[23] Sáu nghĩa, hay sáu tướng của Không tướng, như kinh liệt kê. Giải thích của Khuy Cơ cũng tương tự: "Pháp tính, mà thể của sắc vân vân chính là Không lý, nên thảy đều không tồn tại, như các hàng Nhị thừa kia chấp phần vị sai biệt như sinh vân vân. Do đó nói Không tướng bất sinh diệt."[24] Pháp Tạng hiểu Không tướng là tướng trạng của Không,[25] và Không tướng chính là Chân Không: "Chân Không ấy tuy tức thị sắc, nhưng khi sắc theo duyên mà khởi, Chân Không không sinh; khi sắc theo duyên mà rụng, Chân Không không diệt. Tùy lưu mà không nhiễm, xuất chướng mà không là tịnh, Lại, chướng đã sạch mà không giảm; đức đầy mà không tăng. Tóm lại, đây hiển thị tướng của Chân Không."[26]

Điểm thú vị đáng lưu ý ở đây là cách đọc khác của Trí Quang (Nhật bản, A.D. 752). Bát-nhã Tâm kinh thuật nghĩa nói, "Thị chư pháp Không tướng... Tướng tức là thể. Vì hết thảy các pháp lấy lý Như như tuyệt đối Không làm thể tính."[27] Tiếp đó giải thích nghĩa bất sinh bất diệt, "...Các pháp, sắc vân vân, như vậy là tuyệt đối Không, vì tự tính sinh diệt của chúng là bất khả đắc."[28] Giải thích này hiểu rằng các pháp có đặc tướng là Không, và các pháp ấy, tức sắc, vân vân, là bất sinh, bất diệt. Về mặt văn nghĩa, cách hiểu này phù hợp với cấu trúc ngữ pháp Phạn. Cụm từ sarvadharmāḥ śūnyatālakṣaṇā, trong đó śūnyatālakṣaṇā là một phức hợp từ (samāsa) thành lập theo quy tắc hữu tài (bahuvrīhi), mà chức năng của nó như là tính từ, hay mệnh đề tính từ (adjective clause) phẩm định cho sarvadharmāḥ. Cụm từ này được hiểu là "tất cả các pháp mà đặc tướng là tính Không, hay có đặc tướng là tính Không." Nhận thức từ trên cơ sở ngữ pháp như vậy, đoạn Tâm kinh này có thể được hiểu rằng, hết thảy các pháp đều bất sinh, bất diệt, v.v., vì các pháp ấy có đặc tướng là tính Không. Tổng quát mà nói, đoạn kinh nói các pháp vốn bất sinh bất diệt, chứ không nói Không tướng bất sinh bất diệt.

5. Dĩ vô sở đắc cố.

Có hai cách đọc khác nhau về cụm từ này. Khuy Cơ đọc nó liền với đoạn văn phủ định trên, trong khi đó Viên Trắc đọc nó như là mở đầu của đoạn mạch tiếp theo.

Khuy Cơ giải thích: "Đoạn trên nói trong Không không tồn tại sắc vân vân, tuy đã kết thành đoạn văn nói sắc không dị biệt Không, không sinh diệt các thứ, nhưng chưa giải thích do bởi đâu mà sắc vân vân không tồn tại. Nay nêu rõ lý do trong Không không có pháp."[29]

Viên Trắc giải thích: "Dĩ vô sở đắc cố, Bồ-đề tát-đoả..." Từ đây trở xuống là phần thứ ba, nêu rõ quả sở đắc."[30]

Pháp Tạng cũng đọc như Viên Trắc: "Dĩ vô sở đắc cố, phần thứ tư, thuyết minh sở đắc...Do vô sở đắc trước đó làm nhân, nay đạt được sở đắc. Đại phẩm nói: Do vô sở đắc mà chứng đắc."[31]

Trong bản phiên âm Phạn Hán, đoạn kinh này đọc như sau: *năng nhương-nẩm, năng bát-ra-tỉ-đế, năng-tỉ-sa-ma đá-sa-mỗi na bát-ra-tỉ-để-đát-phạ.* [32] Đoạn văn tương đương trong Phạn văn lược bản: na jñānaṃ na prāpti, nābhisamayas tasmād aprāp-titvāt, "không có trí, không có đắc, không có chứng (hiện quán). Bởi vì vô đắc."

Đoạn tương đương trong Phạn văn quảng bản được đọc như sau: na jñānaṃ na prāptir aprāptiḥ/ tasmāc chā-riputra aprāptitvena..., "không trí, không đắc và vô đắc. Vì vậy, này Xá-lợi-phất, do tính vô đắc..." Theo đó, "dĩ vô sở đắc cố" được đọc xuống đoạn dưới, như Viên Trắc và Pháp Tạng đã đọc.

6. Viễn ly điên đảo mộng tưởng, cứu cánh Niết-bàn.

Bản dịch của Cưu-ma-la-thập: *Ly nhất thiết điên đảo mộng tưởng khổ não, cứu cánh niết bàn.*

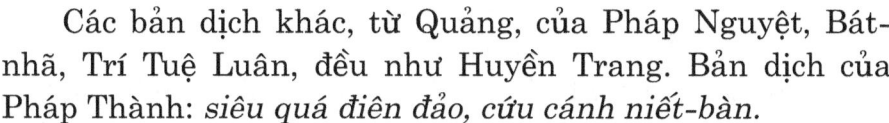

Các bản dịch khác, từ Quảng, của Pháp Nguyệt, Bát-nhã, Trí Tuệ Luân, đều như Huyền Trang. Bản dịch của Pháp Thành: *siêu quá điên đảo, cứu cánh niết-bàn.*

Cả hai bản Phạn, lược và quảng, đều giống nhau: viparyāsātikrānto niṣṭhanirvāṇaḥ, "vượt qua sự điên đảo, đạt đến Niết-bàn cứu cánh."

Khuy Cơ giải thích, trong giai đoạn tu đạo vị, Bồ tát do y chỉ Bát-nhã ba-la-mật-đa mà dứt trừ mộng tưởng sinh tử. Cho đến, giai đoạn vô học đạo, Bồ tát đạt được Niết bàn cứu cánh.[33]

Viên Trắc giải, "cứu cánh Niết-bàn" là chứng đắc Niết-bàn quả.[34]

Pháp Tạng cũng giải thích tương tự: "cứu cánh niết-bàn" chỉ sự đắc quả.

Qua các giải thích như vậy, cụm từ này không có vấn đề. Nhưng có một lần, có người nêu một giải thích đặc biệt với tôi rằng, lâu nay chúng ta hiểu câu này sai. Bởi vì, hai từ viễn ly ở trên phải đọc xuống luôn cụm từ dưới, nghĩa là, không chỉ viễn ly điên đảo mộng tưởng, mà viễn ly luôn cả cứu cánh Niết-bàn. Giải thích này rất hay. Nhưng hình như không thực tiễn, nếu hiểu theo trình tự tu tập Bát-nhã, như các luận giải bậc thầy dẫn trên đã cho thấy.

Mặt khác, Phạn văn của cụm từ, theo Lược bản cũng như Quảng bản, nói, niṣṭha-nirvāṇaḥ. Cụm từ này là một phức hợp từ được thành lập theo quy tắc hữu tài (bahuvrīhi). Luật này có thể nêu bằng thí dụ như: citragur devadattaḥ, trong đó, phức hợp từ citra-gur được phân tích thành mệnh đề liên hệ: citrā gāvo yasya, "Davadatta là người có những con bò đốm."[35] Nghĩa là, phức hợp từ được thành lập như vậy là một tính từ có chức năng của mệnh đề liên hệ (relative clause).

3. Ảnh hưởng Tâm kinh và Mật giáo

Có người đến hỏi Phật về ý nghĩa của sự cầu nguyện, đức Phật trả lời, như một hòn đá nặng được thả chìm xuống đáy hồ, cho dù với sức cầu nguyện của số người đông đảo, hòn đá không thể vì vậy mà nổi lên mặt nước. Sự thăng trầm hay đọa lạc của một chúng sinh tùy theo hành vi mà nó đã làm, chớ không phải vì bất cứ lời cầu nguyện nào.[36]

Tuy vậy, trong kinh điển cũng cho thấy sự tin tưởng nơi năng lực chuyển hoá của tâm đối với môi trường chung quanh; và ảnh hưởng ấy lại được chuyển tải bởi ngôn ngữ. Khi có nhiều tỳ kheo sống trong rừng sâu bị rắn độc cắn chết; Phật nói, nếu các tỳ kheo ấy mà đã rải tâm từ đến các loài rắn độc, nhất định họ đã không bị hại bởi chúng. Rồi Phật dạy bài kệ. Nội dung bài kệ không phải là những câu thần chú bí hiểm, mà chỉ là những lời ước nguyện, mong cho tâm từ của hành giả lan đến chúa tể các loài rắn độc, các sinh vật không chân, hai chân và bốn chân; ước nguyện các sinh loại đều được an lành, không làm hại tỳ kheo.[37] Văn ước nguyện này được gọi là hộ chú (parittam).

Các paritta hay hộ chú xuất hiện trong kinh điển Pali không phải ít. Ý nghĩa của nó, do đâu mà ước nguyện chủ quan như vậy lại tác động được ngoại giới, có thể được giải thích bằng điển hình của Angulimāla. Tôn giả vốn là một tướng cướp khét tiếng, và con người thứ một nghìn mà Angulimāla định giết chính là đức Phật. Nhưng Angulimāla được Phật hoá độ, trở thành tỳ kheo, rồi đắc quả A-la-hán, nổi bật với tâm từ. Một hôm Tôn giả kể với Phật trường hợp một sản phụ đau đớn, nguy kịch vì khó sinh. Phật dạy Angulimāla đến đọc cho sản phụ ấy một paritta, như là thần chú cứu nguy. Nội dung thần chú là viện dẫn sự thực rằng, kể từ khi Angulimāla tái sinh trong Thánh đạo này chưa từng cố ý giết hại một sinh mạng nào, bằng sự thực ấy, ước nguyện sản phụ sinh sản an toàn. Tất nhiên, trong quá khứ, Angulimāla là một tướng cướp giết người không ghê tay; đó là một sự thật. Nhưng từ khi được Phật hóa độ, Angulimāla sống với tâm từ với tất cả mọi sinh loại, đó cũng là một sự thực. Sự thực trong Thánh đạo của Angulimāla đã chuyển hóa tai họa của sản phụ, khiến cho được an lành: Tena saccena sotthi te hotu, "Bằng sự thực này, ước nguyện Chị được an lành."

Kinh Ratanasuttaṃ cũng là kinh cầu nguyện với ý nghĩa tương tự: "Dù trong đời này hay đời khác, hay trên thiên giới, không có tài bảo vi diệu nào sánh với đức Như Lai. Ở đây, Phật là tài bảo tối thắng vi diệu. Bằng sự thực này, ước nguyện tất cả đều được an lành (etena saccena suvatthi hotu)."

Đây là tính thể của sự cầu nguyện. Chân lý là tính thể của sức mạnh kỳ diệu; ai biết nương tựa chân lý, sống với tâm tư hướng về chân lý, người ấy sống cuộc sống an lành. Trong ý nghĩa như vậy, Bát-nhã ba-la-mật được hiểu như là đại minh chú, có khả năng trừ diệt mọi tai họa, do bởi năng lực quán chiếu "ngũ uẩn giai Không"; điều đó không phải là cái gì mới mẻ, xa lạ với truyền thống Phật giáo nguyên thủy. Trong ý nghĩa như thế thì câu kinh Bát nhã Tâm kinh: "Bồ tát y bát nhã ba la mật đa cố tâm vô quái ngại... vô hữu khủng bố," không phải là chân lý gì cao siêu đặc hữu của Đại thừa hơn câu kinh cầu nguyện Pali: etena saccena suvatthi hotu.

Bát-nhã ba-la-mật-đa là đại thần chú cũng đã được xác nhận rất sớm trong văn học Bát-nhã, trong Nhị vạn ngũ thiên tụng. Đại phẩm Bát-nhã nói về ý nghĩa này như sau: "Bấy giờ Thích Đề-hoàn Nhân (Śakra Devānām Indra) bạch Phật, 'Nếu có thiện nam tử, thiện nữ nhân nào nghe Bát-nhã ba-la-mật thậm thâm này mà thọ trì, đọc tụng, thân cận, chính ức niệm, không rời tâm tát-bà-nhã (sarvajña: nhất thiết trí); khi gặp chiến trận, thiện nam tử hay thiện nữ nhân ấy do vì đã đọc tụng Bát-nhã ba-la-mật nên vào giữa quân trận mà không hề bị mất mạng, không bị trúng thương bởi đao, tên... Vì sao vậy? Bát-nhã ba-la-mật này là đại minh chú, là vô thượng minh chú...."[38]

Về sau, Tâm kinh được đưa hẳn vào hệ thống tu tập của Mật giáo. Đà-la-ni tập kinh dành một chương riêng biệt cho Tâm kinh.[39] Kinh chứa đựng 13 khế ấn và 9 chân ngôn.

Bản kinh này (Đà-la-ni) có thể được xem là dị bản được lưu truyền trong Mật giáo của Bát-nhã trong đoạn đã dẫn trên từ Đại bát-nhã của Huyền Trang hay Đại phẩm của Cưu-ma-la-thập. Khác với đoạn văn từ các kinh Bát-nhã đã dẫn, ở đây người hỏi Phật không phải là Thiên đế Thích (Kiều-thi-ca), mà là Phạm vương, và các chú, ấn liên hệ sự tu hành Tâm kinh Bát-nhã được nói là do Phật thuyết trên cung trời của Tha Hoá Tự Tại (Paranirmitavaśavartin). Ở đây, hành pháp Tâm kinh Bát nhã không những có uy lực diệt trừ các tai họa mà còn hỗ trợ cho các môn thiền định, xa-ma-tha (śamatha), hay bất tịnh quán. Bổn tôn của hành pháp Bát nhã ở đây là Bát-nhã Bồ tát mà họa tượng được kinh mô tả chi tiết. Kinh hướng dẫn họa tượng Bồ tát, cùng với hình thức bố trí đàn tràng, và các nghi thức tụng niệm. Các chi tiết hành trì của Mật giáo nên được giới thiệu trong các khảo cứu chuyên mục riêng biệt; ở đây chỉ giới thiệu một cách khái liệu về ảnh hưởng của Tâm kinh trong Mật giáo. Ảnh hưởng này cho thấy tất cả các xu hướng Phật giáo, Hiển hay Mật, đều coi trọng Bát-nhã, mà Bát nhã là năng lực quán chiếu để nhận thức rõ thực tại chân thật cứu cánh. Theo tinh thần này, không chỉ trong mục đích tối hậu là giải thoát cứu cánh mới cần đến năng lực quán chiếu của Bát-nhã, mà ngay trong sinh hoạt thường nhật, để vượt qua mọi tai họa bất ngờ, thì điểm nương tựa có uy lực nhất, đó là chân lý, tức thật tướng Bát nhã.

Một Số Nhận Thức Về Tâm Kinh

Chú thích

[1] Huệ Lập, Đại Từ ân tự Tam tạng Pháp sư truyện 1, T50n2053, tr. 224b6 大慈恩寺三藏法師傳.

[2] 唐梵[番*飛]對字音般若波羅蜜多心經(并序[燉煌出 S.700])

[3] Đạo Tuyên, Tục cao tăng truyện 4 (T50n2060, tr. 457a26).

[4] Trí Thăng (Đường), Khai nguyên Thích giáo lục 8 (T55n2154, tr.555c3): 般若波羅蜜多心經一卷貞觀二十三年五月二十四日於終南山翠微宮譯沙門知仁筆受.

[5] 觀自在菩薩與三藏法師玄奘親教授梵本不潤色.

[6] Truyền Giáo Đại sư tương lai việt châu lục: Bát-nhã tâm kinh Phạn bản Hán tự, 1 quyển. Taishō No.2160 tr. 1058b28 傳教大師將來越州錄：般若心經梵本漢字一卷. Ngoài Việt châu lục, Phạn bản này còn được ghi trong các kinh lục khác của Nhật bản: b. Viên Nhân, Nhập Đường Tân cầu Thánh giáo mục lục: Đương Phạn đối chiếu Bát nha tâm kinh, 1 quyển. c. Huệ Vận Luật sư thư mục lục: Phạn bản Bát-nhã ba-la-mật-đa tâm kinh (Bát-nhã Tam tạng phạn bản), 1 quyển. d. Pháp long tự (Đại hòa), tối cổ Phạn bản. Nguyên lộc 7, Tịnh Nghiêm thư tả, cú nghĩa chú; An chinh 6, Y Thế Tông Uyên mô khắc, A-xoa-la thiếp thâu lục. Bản Sanskrit hiệu đính bởi Nam Điều Văn Hùng & Max Muller, Anecdota Oxoniensia, Buddhist Texts from Japan III, 1884. In lại chung với Quảng bản, bởi P.L. Vaidya, Mahāyāna-sūtra-saṅgraha I, The Mithila Institute, Darbhanga, 1961. Bản dịch Anh, có lẽ là bản dịch đầu tiên, do Nam Điều & Muller,Sacret Books of the East vol. xlix, 1894.

[7] Tăng Hựu, Xuất Tam tạng ký tập 4, T55n2145, tr.31b9: Ma-ha Bát-nhã ba-la-mật thần chú, 1 quyển; ibid., tr.31b10: Bát-nhã ba-la-mật thần chú, 1 quyển (dị bản) 出三藏記集錄下卷第四釋僧祐撰新集續撰失譯雜經錄第一：摩訶般若波羅蜜神咒一卷，般若波羅蜜神咒一卷(異本).

[8] Phí Trường Phòng, Lịch đại Tam bảo ký 4, Hậu Hán thất dịch, T49n2034, tr. 55c1: Bát-nhã ba-la-mật thần chú kinh, 1 quyển (hoặc không có chữ Kinh) 費長房歷代三寶紀 般若波羅蜜神咒經一卷(或無經字)

[9] Ibid., tr. T49n2034, tr. 58b9: Ma-ha bát- nhã ba-la-mật chú kinh, 1 quyển (thấy trong Bảo xương lục, hoặc gọi là Bát-nhã ba-la-mật chú kinh). 摩訶般若波羅蜜咒經一卷(見寶唱錄或直云般若波羅蜜咒經)

[10] Ma-ha Bát-nhã-ba-la-mật kinh (Đại phẩm), Cưu-ma-la-thập dịch, quyển 1, phẩm 3 "Tập tương ưng"; T8n223, tr. 223a9-223a25 摩訶般若波羅蜜經卷第一 習應品 第三. Tham chiếu, Đại trí độ, quyển 36, giải thích phẩm 3 "Tập tương ưng"; T25n1509, tr. 327c11-328a18. 大智度論釋習相應品第三 (卷三十六)

[11] Đại Bát-nhã ba-la-mật-đa kinh, Huyền Trang, quyển 403, phần II, phẩm 3 "Quán chiếu"; T7n220, tr. 14a07-14a28. 大般若波羅蜜多經卷第四百三 第二分觀照品第三之二

[12] Viên Trắc, Phật thuyết Bát-nhã ba-la-mật-đa tâm kinh tán 佛說般若波羅蜜多心經贊, T33n1711, tr. 543c18.

[13] Cf. Ma-ha Bát-nha ba-la-mật kinh, Cưu-ma-la-thập, quyển 1 (T8n223, tr. 221b24): "Xá-lợi-phất hỏi, 'Bồ-tát nên hành Bát-nhã ba-la-mật như thế nào?' Phật nói, 'Khi Bồ-tát hành Bát-nhã ba-la-mật không thấy Bồ tát, không thấy danh tự Bồ-tát, không thấy Bát-nhã

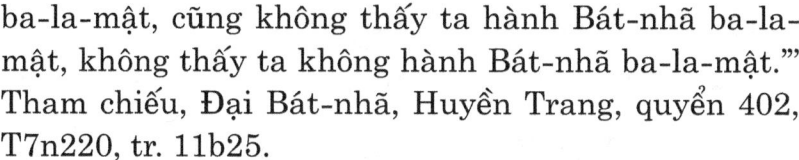

ba-la-mật, cũng không thấy ta hành Bát-nhã ba-la-mật, không thấy ta không hành Bát-nhã ba-la-mật.'" Tham chiếu, Đại Bát-nhã, Huyền Trang, quyển 402, T7n220, tr. 11b25.

[14] Khuy Cơ, Bát-nhã ba-la-mật-đa tâm kinh u tán, quyển hạ, 般若波羅蜜多心經幽贊 T33n1710, tr. 535a9

[15] Ibid., T33n1710, tr. 535b10.

[16] Pháp Tạng (A.D.643-712), Bát-nhã ba-la-mật-đa tâm kinh lược sớ, 般若波羅蜜多心經略疏法藏述, T33n1712, tr. 552c20.

[17] Tông Lặc 宗泐 & Như Kỷ 如玘, c. A.D. 1318-1391, Bát-nhã ba-la-mật-đa tâm kinh chú giải, 般若波羅蜜多心經註解 T33n1714, tr. 569c19.

[18] Edited by P.L. Vaidya, the Mithila Institue, Darbhanga, 1961.

[19] Huyền Trang, quyển 402; T7n220, tr. 11b26.

[20] Pháp Nguyệt, Phổ biến trí tạng, T8n252, tr. 849a21: 照見五蘊自性皆空。

[21] Bát-nhã & Lợi Ngôn, Tâm kinh, T8n253, tr. 849c6: 應觀五蘊性空。

[22] Đại trí độ, quyển 35, T25n1509, tr. 319c19. Cf. Vigrahavyāvartani,…sarveṣām bhvānām hetau pratyayeṣu ca hetupratyayasāmagryāṃ ca pṛthag na sarvatra svabhāvo na vidyate iti kṛtvā śūnyāḥ sarvabhāvā iti, "vì không thể tìm thấy tự thể của tất cả mọi tồn tại ở bất cứ đâu, ở trong nhân, trong duyên và trong sự hòa hiệp của nhân và duyên, do đó, tất cả mọi tồn tại đều Không."

[23] Taishō 23 No 1711, tr. 546a19.

[24] Taishō 23 No 1710, tr. 538a14.

[25] Tâm kinh lược sớ, T23n1712, tr. 553b27.

[26] Ibid., tr. 553c17.

[27] Taishō 57 No 2202, tr. 7b26-9.

[28] Ibid., tr. 7c19.

[29] Tâm kinh u tán, tr. 540c19.

[30] Tâm kinh tán, tr. 548b26.

[31] Tâm kinh lược sớ, tr. 554b7.

[32] 曩(無)誐攘喃(智卅八)曩(無)缽囉(二合)比底(得卅九)曩(無)鼻娑麼(證四十)哆(以)娑毎(無)那(所)缽囉(二合)比底(得二合)怛嚩

[33] Tâm kinh u tán, tr. 541b19.

[34] Tâm kinh tán, tr. 549a18.

[35] Cf. Pāṇini, Āṣṭādhyāyī, 2. 2. 24.

[36] Samyutta. iii. tr. 311.

[37] Vinaya ii (Cullavagga), tr. 110: virūpakkhehi me mettaṃ, mettaṃ erāpathehi me, chabyāputtehi me mettaṃ, mettaṃ kaṇhāgotamakehi ca/ apādakehi me mettaṃ, mettaṃ dvipādakehi me.catuppadehi me mettaṃ, mettaṃ bahuppadehi me./ mā maṃ apādako hiṃsi, mā maṃ dvipādako; mā maṃ catuppado hiṃsi. mā maṃ hiṃsi bahuppado/ sabbe sattā sabbe pāṇā, sabbe bhūtā ca kevalā; sabbe bhadrāni passantu, mā kiñci pāpamāgamā/ appamāṇo buddho, appamādo dhammo, appamādo saṅgho, pamāṇavantāni sarīsapāni/ ahi vicchikā satapadī,

uṇṇanābhi sarabhū mūsikā; katā me rakkā kataṃ me parittaṃ, paṭikkamantu bhtūtāni/ sohaṃ namo bhagavato, namo sattannaṃ sammāsambuddhānan'ti/

[38] Cưu-ma-la-thập, Ma-ha bát-nhã ba-la-mật kinh, quyển 9, phẩm 32 "Đại minh"; tr. 283a22 - 283b10. Giải thích của Đại trí độ, quyển 57, phẩm 32 "Bảo tháp giảo lượng"; tr. 463b21 tt. Cf. Đại Bát-nhã, Huyền Trang, quyển 428, phần ii, phẩm 30 "Tốt-đỏ-ba"; tr. 150c24.

[39] Phật thuyết Đà-la-ni tập kinh, A-địa-cù-đa dịch, quyển 3, 佛說陀羅尼集經卷第三大唐天竺三藏阿地瞿多譯, T18n901, tr. 804c16 tt.

Ý nghĩa Tâm kinh trong Kinh Tạng Pali[1]
Bát-nhã Tâm kinh - Mê ngộ bất dị

Nguyên Giác

Bài viết này sẽ phân tích Bát Nhã Tâm Kinh dưới cái nhìn bất nhị, hy vọng sẽ làm sáng tỏ bài kinh cốt tủy này như một lối đi của Thiền Tông, nơi đây sẽ thấy Sắc và Không hiện ra trong từng niệm tâm, và như thế Tứ Thánh Đế hiển lộ trong từng niệm tâm - một cách thực dụng để xa lìa tham sân si, và ai cũng có thể tự quan sát được. Người viết tự xét vốn tu, vốn học không bao nhiêu, cho nên chủ yếu sẽ dẫn ra nhiều kinh luận để tham khảo. Đặc biệt, bốn chữ "Mê ngộ bất dị" nơi đầu bài là nhan đề một bài thơ của Tuệ Trung Thượng Sĩ, một bậc đại giác ngộ trong Thiền Tông Việt Nam. Ý rằng, mê và ngộ không hề dị biệt gì nhau, cũng như tất cả sóng vốn không hề rời nước, cũng như tất cả ảnh hiện vốn không hề rời gương tâm rỗng rang tịch lặng, cũng như tất cả phiền não vọng tâm vốn không hề rời niết bàn diệu tâm.

CHÁNH KIẾN: CHẲNG PHẢI CÓ, CHẲNG PHẢI KHÔNG

Bát Nhã Tâm Kinh viết rằng: "Sắc chẳng khác không, không chẳng khác Sắc, Sắc tức là không, không tức là sắc. Thọ, Tưởng, Hành, Thức cũng lại như thế."

Câu hỏi có thể nêu ra nơi đây là: Đức Phật nói như thế nào trong Kinh Tạng Pali?

Trong Kinh SN 12.15 - Kaccaayanagotto Sutta, bản dịch

---

[1] Tiêu đề bài này của tác giả nguyên là "Bát-nhã Tâm kinh - Mê ngộ bất dị", chúng tôi đã thêm vào cho phù hợp với nội dung muốn giới thiệu trong Khảo luận này.

của Maurice O'Connell Walshe, Đức Phật giải thích cho ngài Ca Chiên Diên về Chánh kiến, rằng thế gian ưa nhìn ra hai kiến chấp, hoặc các pháp là có, hoặc là không. Nhưng bậc trí tuệ cao nhất nhìn thấy thế gian như nó là, khi pháp tập khởi, không gọi là không; khi pháp tịch diệt, không gọi là có.

Chú ý phương pháp Đức Phật dùng nơi đây, chủ yếu phủ định, không khẳng định, xin lặp lại lời Đức Phật: Bậc trí tuệ cao nhất nhìn thấy thế gian như nó là, khi pháp tập khởi, không gọi là không; khi pháp tịch diệt, không gọi là có.

Phương pháp phủ định về sau được ngài Long Thọ sử dụng tuyệt vời.

Trích dịch Kinh SN 12.15 như sau:

"Trưởng lão Kaccaayana thưa: Bạch Thế Tôn, thế nào là chánh kiến (Right view)?

Đức Phật đáp: Thế gian nghiêng về hai cái nhìn, hoặc cho là Có (hiện hữu, sắc, existence), hoặc cho là Không (non-existence). Nhưng với người có trí tuệ cao nhất, thấy thế gian tập khởi như nó thực sự là, không gọi được là 'không có hiện hữu thế giới này' và với người có trí tuệ cao nhất nhìn thấy thế giới tịch diệt như nó thực sự là, không gọi được là 'có hiện hữu thế giới này...

... 'Tất cả pháp hiện hữu' là một kiến chấp cực đoan, 'không pháp nào hiện hữu' là cực đoan khác. Tránh cả hai cực đoan, Như Lai dạy trung đạo: Do duyên vô minh, hành khởi dậy... [lặp lại như Kinh SN 12.10]... Do vậy tập khởi cả mớ sầu khổ. Nhưng khi vô minh mờ nhạt dần và tịch diệt, hành sẽ tịch diệt, hành tịch diệt sẽ dẫn tới thức tịch diệt... Như thế sẽ tịch diệt toàn bộ khối sầu khổ này." (1)

ĐỨC PHẬT DẠY: SẮC THỌ TƯỞNG HÀNH THỨC LÀ KHÔNG

Bát Nhã Tâm Kinh viết: Sắc tức là Không, và Thọ Tưởng Hành Thức cũng là như thế (là Không)... Như thế, câu hỏi là: Có phải Đức Phật nói rằng Sắc tức là Không, và nói rằng Sắc Thọ Tưởng Hành Thức là Không?

Đúng như thế. Trong Kinh Tương Ưng SN 22.95, Đức Phật dạy như thế, rằng Sắc Thọ Tưởng Hành Thức đều là Không. Chúng ta trích dịch từ Kinh SN 22.95 như sau:

"...Như thế, các sư, bất cứ dạng sắc nào, cho dù là (sắc) thời quá khứ, tương lai, hay hiện tại, dù (sắc) trong hay ngoài, dù (sắc) thô hay tế, dù (sắc) hạ đẳng hay thượng đẳng, dù (sắc) gần hay xa: vị sư khảo sát nó, tư duy về nó, và cẩn thận quan sát nó, và nó sẽ hiện ra với sư này như là không, như là rỗng rang, như là vô tự tánh. Có cái gì nơi đó ở trong sắc đâu?

"...các sư... tương tự, với thọ, tưởng, hành, thức..." (2)

Như thế, chúng ta thấy rất nhiều câu trong Bát Nhã Tâm Kinh là ghi đúng 100% lời Đức Phật dạy trong Tạng Pali.

ĐỨC PHẬT NÓI VỀ TIẾNG ĐÀN: CÁI ĐƯỢC NGHE LÀ KHÔNG

Bát Nhã Tâm Kinh viết rằng: "Vô sắc thanh hương vị xúc pháp." Được hiểu là: *Không hề có cái gì là cái được thấy, không hề có cái gì là cái được nghe... Tương tự với hương, vị, xúc, pháp.*

Trong Bộ Tương Ưng, có bài Kinh 35.246 còn được gọi là Kinh "The Simile of the Lute" - nghĩa là Kinh Ví Dụ về Đàn Dây. Chữ "lute" chỉ có nghĩa là đàn dây. Có thể lấy thí dụ đương thời là đàn guitar, hay cổ thời là đàn tỳ bà, hay đàn tranh.

Trong kinh này, trước tiên Đức Phật dạy pháp an tâm là: hễ thấy tham sân si khởi lên trong tâm khi mắt thấy (khi tai nghe...) thì hãy cảnh giác rằng như thế là nguy hiểm vô cùng tận. Rồi Đức Phật lấy thí dụ như khi con trâu hay bò ra cánh đồng phá lúa, cần phải ghìm trâu lại. Rồi Đức Phật lấy thí dụ như tiếng đàn quyến rũ người nghe. Đức Phật nói rằng tiếng đàn là do duyên hợp, có chẻ cây đàn làm hàng trăm mảnh cũng không thấy gì là tiếng đàn, có nghĩa là cái được nghe vốn thực là rỗng rang.

Ghi nhận rằng Kinh SN 35.246 (The Simile of the Lute) là bản Anh văn, nhưng bản của Hòa Thượng Thích Minh Châu là Kinh SN 35.242 (Đờn Tỳ Bà). Trong ghi chú (3) sẽ dẫn link tới cả hai bản Anh và Việt. Nơi đây, chúng ta trích từ bản Việt ngữ để thấy Đức Phật dạy về Tánh Không, rằng không hề có cái gì là cái được nghe, qua thí dụ về tiếng đàn tỳ bà, trích:

"...Này các Tỷ-kheo, Tỷ-kheo hay Tỷ-kheo-ni nào đối với các sắc do mắt nhận thức có khởi lên dục (chanda), tham, sân, si hay hận tâm; hãy ngăn chận tâm đừng cho khởi lên như vậy. Con đường này là con đường đầy sợ hãi, đầy kinh khủng, đầy gai góc, đầy rừng rậm, con đường ác, con đường tà, con đường đầy trộm cướp. Con đường này là con đường do phi thiện nhân dùng, không phải con đường do thiện nhân dùng. Như vậy, với ý nghĩ: "Đây không phải con đường xứng đáng cho ta". Hãy ngăn chận tâm đừng cho khởi lên như vậy đối với các sắc do mắt nhận thức ... Này các Tỷ-kheo, Tỷ-kheo hay Tỷ-kheo-ni nào đối với các vị do lưỡi nhận thức ... đối với các pháp do ý nhận thức, có khởi lên dục, tham, sân, si hay hận tâm; hãy ngăn chận tâm đừng cho khởi lên như vậy...

...Ví như, này các Tỷ-kheo, một vị vua hay đại thần của vua từ trước chưa từng được nghe tiếng đàn tỳ bà, nay được nghe tiếng đàn tỳ bà, vị ấy nói: "Này Bạn, tiếng ấy là tiếng gì, khả ái như vậy, khả lạc như vậy, mê ly như vậy, say đắm như vậy, hấp dẫn như vậy?" Họ nói với vị ấy: "Thưa Tôn giả, đây là đàn tỳ bà, với tiếng khả ái như vậy, mê ly như vậy, khả lạc như vậy, say đắm như vậy, hấp dẫn như vậy". Vị ấy nói như sau: "Hãy đi và đem đàn tỳ bà ấy về cho ta". Họ đem đàn tỳ bà về cho vị ấy, và nói như sau: "Thưa Tôn giả, đàn tỳ bà này với tiếng khả ái như vậy, khả lạc như vậy, mê ly như vậy, say đắm như vậy, hấp dẫn như vậy". Vị ấy bèn nói: "Thôi vừa rồi đối với ta về đàn tỳ bà này. Hãy đem tiếng lại cho ta". Họ thưa với vị ấy: "Thưa Tôn giả, cái này được gọi là đàn tỳ bà, gồm có nhiều thành phần, gồm có số lớn thành phần. Nhờ nhiều thành phần này nên đàn phát âm. Như duyên cái bầu, duyên cái da, duyên cái cán, duyên cái đầu, duyên cái dây, duyên cái cung, duyên nỗ lực thích nghi của người. Như vậy, thưa Tôn giả, cái này gọi là đàn tỳ bà, gồm có nhiều thành phần, gồm có số lớn thành phần. Nhờ gồm nhiều thành phần này nên đàn phát âm". Rồi vua ấy đập đàn tỳ bà ấy ra thành 10 mảnh, 100 mảnh; sau khi đập bể đàn tỳ bà ấy ra thành 10 mảnh, 100 mảnh, vị ấy chẻ thành từng miếng nhỏ; sau khi chẻ thành từng miếng nhỏ, vị ấy lấy lửa đốt; sau khi lấy lửa đốt, vị ấy vun lại thành đống tro; sau khi vun lại thành đống tro, vị ấy đem quạt đống tro lớn ấy trước làn gió mạnh, hay để chúng trôi theo dòng nước sông chảy mạnh. Rồi vị ấy nói: "Thật là hạ liệt, cái gọi đàn tỳ bà này, dầu cho tỳ bà là cái gì. Ở đây, đại chúng thường phóng dật, bị hướng dẫn sai lạc"....

LÀ KHÔNG, LÀ RỖNG KHÔNG, LÀ TUYỆT KHÔNG

Cũng trong Tương Ưng Bộ, nói rất minh bạch... Hòa Thượng Thích Minh Châu dịch bản Kinh 35.234 Rắn Độc, trích:

"...Ngôi làng trống không, này các Tỷ-kheo, là đồng nghĩa với sáu nội xứ. Này các Tỷ-kheo, nếu một người hiền, kinh nghiệm, có trí, tìm hiểu nó với con mắt; vị ấy thấy nó là trống không, là rỗng không, là tuyệt không ... Nếu tìm hiểu nó với ý; vị ấy thấy nó là trống không, là rỗng không, là tuyệt không..." (4)

Kết hợp bài kinh này và bài kinh dẫn trước kinh này, sẽ thấy rằng từ mắt, tai, mũi, lưỡi, thân, ý sinh khởi Khổ Đế và Tập Đế, nhưng khi nhận ra tất cả các pháp là trống không, là rỗng không, là tuyệt không... tức khắc hiện lên Đạo Đế và Diệt Đế.

Kinh vừa dẫn nói về sáu nội xứ, tức là mắt, tai, mũi, lưỡi, thân và ý thức. Còn sáu ngoại xứ là: cái được thấy, cái được nghe, cái được ngửi, cái được nếm, cái được thân xúc và các sự vật hiện tượng nhận biết qua ý thức.

Nơi đây, Tứ Thánh Đế hiện ra trong các niệm tâm: khi pháp tập khởi là Khổ Đế và Tập Đế... và khi pháp tịch diệt là Đạo Đế và Diệt Đế, và là Niết Bàn.

Tại sao gọi gọi tập khởi là Khổ? Bởi vì Kinh Phật dạy như thế, trong Kinh SN 35.133 (Verahaccaani Sutta). Kinh này trích dịch như sau:

"... vị nữ cư sĩ bạch với Đại sư Udaayii: Bạch Đại sư, xin dạy con cái gì các vị A La Hán nói là gây ra đau đớn và sầu khổ hiện ra? Cái gì quý ngài nói là sẽ làm cho đau đớn và sầu khổ biến mất?

"Đại sư Udaayii dạy: Nơi con mắt hiện ra, các ngài A La Hán tuyên bố là đau đớn và sầu khổ hiện ra. Nơi con mắt vắng mặt, quý ngài tuyên bố rằng đau đớn và sầu khổ không hiện ra. [tương tự với tai, mũi, lưỡi, thân, ý]..."

Bản tiếng Anh: *"Where the eye is, sister, the Arahants declare that weal and woe exist. Where the eye is absent, they declare that weal and woe do not exist. [Similarly for ear, nose, tongue, body (touch) mind.]"* (5)

TỨ THÁNH ĐẾ CŨNG LÀ KHÔNG: CÁC PHÁP KHÔNG TỪ ĐÂU TỚI, KHÔNG ĐI VỀ ĐÂU

Bát Nhã Tâm Kinh nói rằng: Vô Khổ Tập Diệt Đạo.

Nghĩa là: vốn không hề có Khổ Đế, không hề có Tập Đế, không hề có Diệt Đế, không hề có Đạo Đế.

Trong các kinh dẫn trên đã hàm ý rằng các pháp nó như thế là như thế, mắt [tập khởi] là khổ, nhưng cũng nơi mắt [tịch diệt], Niết Bàn hiện ra. Đức Phật còn dẫn ra tiếng đàn để nói rằng các pháp [thế gian này] vốn không từ đâu tới, và tịch diệt cũng không đi về đâu.

Khi chú giải về tiếng đàn không từ đâu tới và không đi về đâu, Ngài Bhadantacariya Buddhaghosa (Phật Âm) viết trong Thanh Tịnh Đạo Luận, Chương XX, Đoạn 96, bản Việt dịch của Ni Trưởng Thích Nữ Trí Hải như sau:

"96. Vị ấy hiểu như sau: không có tích lũy của danh-sắc chưa sanh (hiện hữu) trước khi nó sanh. Khi nó sanh, nó không đến từ một đống hay một kho chứa nào, và khi diệt, nó không đi về hướng nào cả. Không nơi nào có một chỗ chứa, một cái kho, một nơi tàng trữ cho những gì đã diệt. Không có một kho chứa nào cho âm thanh trước khi cây đàn được đánh lên âm thanh không đến từ một kho

chứa nào khi nó trổi lên, cũng không đi về hướng nào khi nó dứt, nhưng trái lại, từ không nó trở thành có, nhờ cây đàn và nỗ lực thích nghi của người đánh đàn, và sau khi có nó trở thành không. Cũng vậy là tất cả sắc pháp và vô sắc pháp, từ không mà được sanh ra, sau khi hiện hữu, chúng tan biến."

Để làm sáng tỏ ý này, xin trích bản Anh dịch, cùng đoạn The Visuddhimagga (XX, 96) của dịch giả Nina van Gorkom:

"96. There is no heap or store of unarisen *nāma-rūpa* (existing) prior to its arising. When it arises it does not come from any heap or store; and when it ceases, it does not go in any direction. There is nowhere any depository in the way of heap or store or hoard of what has ceased. But just as there is no store, prior to its arising, of the sound that arises when a lute is played, nor does it come from any store when it arises, nor does it go in any direction when it ceases, nor does it persist as a store when it has ceased ("Kindred Sayings" IV, 197), but on the contrary, not having been, it is brought into being owing to the lute, the lute's neck, and the man's appropriate effort, and having been, it vanishes - so too all material and immaterial states (*rūpa* and *nāma*), not having been, are brought into being, having been, they vanish."

Các link cho Thanh Tịnh Đạo, Chương XX, Đoạn 96, bản Việt và Anh dịch ở ghi chú số (6).

TUỆ TRUNG THƯỢNG SĨ: MÊ NGỘ BẤT DỊ

Bát Nhã Tâm Kinh nói: Dĩ vô sở đắc cố...

Như thế, như các kinh đã dẫn trên, sẽ thấy ý nghĩa trong Bát Nhã Tâm Kinh: Bởi không hề có cái gì gọi là sở đắc...

Và vì Tứ Thánh Đế hiện ra trong một niệm tâm, do vậy Mê và Ngộ không gì khác biệt nhau.

Bất kỳ ai cũng có thể tự quan sát niệm trong tâm mình, dần dần khi lắng tâm được, sẽ tới lúc thấy như các kinh dẫn trên đã nói, và khi các tâm tham sân si vắng lặng, lúc đó là mặt nước hồ tâm phẳng lặng, là tiếp cận với Tướng Không của các pháp, nơi đó tâm sẽ trong trẻo, lặng lẽ, bình an.

Niết Bàn không ở đâu xa, vì các pháp không từ đâu tới và cũng không đi về đâu.

Trong Kinh AN 3.47, Đức Phật dạy rằng có ba pháp hữu vi (tập khởi được thấy, tịch diệt được thấy, biến dị được thấy) và có ba pháp vô vi - vô vi hiểu là giải thoát, xa lìa phiền não, nơi đó "không tập khởi nào được thấy, không tịch diệt nào được thấy, và không biến dị nào trong khi nó còn hiện trú được thấy." (Anh ngữ: *Bhikkhus, there are these three characteristics that define the unconditioned. What three? No arising is seen, no vanishing is seen, and no alteration while it persists is seen. These are the three characteristics that define the unconditioned.*) (7)

Như thế, cõi này là phiền não, và cõi này cũng là Niết Bàn. Phiền não không phải Niết Bàn, nhưng cũng không thể gọi là khác với Niết Bàn.

Cũng như sóng không lìa nước, như ảnh không lìa gương. Sắc chẳng khác Không, và Không chẳng khác Sắc.

Trong Thiền sử Việt Nam có ngài Tuệ Trung Thượng Sĩ, qua bài thơ nhan đề "Mê ngộ bất dị" đã viết về cảnh giới này, nơi mắt thấy và tai nghe chính là sầu khổ (vọng khởi tam đồ khổ), nhưng cũng chính nơi mắt thấy và tai nghe tức khắc là giải thoát khi hành không khởi dậy (Niết Bàn tâm tịch tịch).

Bản âm Hán Việt từ Thơ văn Lý Trần, NXB Khoa học xã hội, viết như sau, với dịch nghĩa theo liền bên dưới:

MÊ NGỘ BẤT DỊ

Mê ngộ bất dị
(Mê lầm, giác ngộ không khác nhau)

Mê khứ sinh không sắc
Ngộ lai vô sắc không
Sắc không mê ngộ giả
Nhất lý cổ kim đồng.

Khi mê, sinh ra Không và Sắc
Khi ngộ, không hề có chuyện Sắc và Không
Sắc và Không, cũng như Mê và Giác Ngộ
Từ xưa tới nay cũng là một lẽ

Vọng khởi tam đồ khởi
Chân thông ngũ nhãn thông
Niết Bàn tâm tịch tịch
Sinh tử hải trùng trùng

Khi vọng dấy lên, ba đường khổ hiện lên
Khi thực tướng thông rồi, năm con mắt cũng thông
Tâm Niết Bàn lặng lẽ
Biển sống chết trùng trùng

Bất sinh hoàn bất diệt
Vô thủy diệc vô chung
Đãn năng vong nhị kiến
Pháp giới tận bao dung

Vốn không hề sinh, cũng không hề diệt
Vốn không khởi đầu, cũng không kết thúc
Nếu tâm lìa được hai kiến
Khắp pháp giới bao dung vô cùng tận.

Chữ "nhị kiến" trong câu áp chót của bài thơ là nói tất cả những biên kiến hai đầu, tức là 62 tà kiến, là Thường và Đoạn, là Có và Không, và vân vân.

Nơi đây, người viết xin làm vài câu thơ để kính dâng Tam Bảo:

Phật đi, chữ rơi lại
con ngồi tụng Tâm Kinh
nghe Tuệ Trung làm quái
nheo mắt cười rung rinh.

Phật đi, lời vọng lại
con ngồi lặng chín năm
nghe lời kinh bất hoại
hiển lộ dần trong tâm.

Phật đi, lời sương khói
Nhị thừa, Tối thượng thừa
con dò kinh tìm lối
viết mấy cũng chưa vừa.

GHI CHÚ

(1) Kinh SN 12.15 - "The world in general, Kaccaayana, inclines to two views, to existence or to non-existence. But for him who, with the highest wisdom, sees the uprising of the world as it really is, 'non-existence of the world' does not apply, and for him who, with highest wisdom, sees the passing away of the world as it really is, 'existence of the world' does not apply....

..."'Everything exists,' this is one extreme [view]; 'nothing exists,' this is the other extreme. Avoiding both extremes the Tathaagata[teaches a doctrine of the middle: Conditioned by ignorance are the formations... [as SN 12.10]... So there comes about the arising of this entire mass of suffering. But from the complete fading away and cessation of ignorance there comes the cessation of the formations, from the cessation of the formations comes the cessation of consciousness... So there comes about the complete cessation of this entire mass of suffering." - https://www.accesstoinsight.org/tipitaka/sn/sn12/sn12.015.wlsh.html

(2) Kinh SN 22.95: ...So too, bhikkhus, whatever kind of form there is, whether past, future, or present, internal or external, gross or subtle, inferior or superior, far or near: a bhikkhu inspects it, ponders it, and carefully investigates it, and it would appear to him to be void, hollow, insubstantial. For what substance could there be in form? ...bhikkhus, whatever kind of consciousness there is, whether past, future, or present, internal or external, gross or subtle, inferior or superior, far or near: a bhikkhu inspects it, ponders it, and carefully investigates it, and it would appear to him to be void, hollow, insubstantial. For what substance could there be in consciousness? -- https://suttacentral.net/en/sn22.95

(3) Anh ngữ -- Kinh The Simile of the Lute: https://suttacentral.net/en/sn35.246

Việt ngữ -- Kinh Đờn Tỳ Bà: https://suttacentral.net/vn/sn35.242

(4) Kinh 234. Rắn Độc. -- https://suttacentral.net/vn/sn35.234

(5) Kinh SN 35.133. https://www.accesstoinsight.org/tipitaka/sn/sn35/sn35.133.wlsh.html

(6) Thanh Tịnh Đạo, Chương XX, Đoạn 96, bản Việt dịch: https://thuvienhoasen.org/p21a9400/phan-thu-ba-tue-chuong-xx-dao-phi-dao-tri-kien-thanh-tinh

Bản Anh dịch: https://alwell.gitbooks.io/abhidhamma_in_daily_life/khandhas.html

(7) Kinh AN 3.47, bản dịch Bhikkhu Bodhi: https://suttacentral.net/en/an3.47

Thay lời kết

Tâm kinh Bát-nhã là món quà tâm linh vô giá được truyền trao đến người Phật tử của thế kỷ 21 này trải qua vô số những biến động thăng trầm của Phật giáo. Không ít Kinh điển đạo Phật đã thất truyền qua dòng thời gian, nhưng thật may mắn cho chúng ta là bản dịch Tâm kinh của ngài Huyền Trang không nằm trong số đó. Hơn nữa, sự tương đồng về ý nghĩa giữa các bản dịch còn lưu lại đến nay khẳng định thêm tính chính xác về ngữ nghĩa trong bản dịch của ngài Huyền Trang.

Kết quả chọn lựa của đa số Phật tử trải qua hơn 14 thế kỷ đã đi đến một sự đồng thuận tuyệt đối khi bản dịch Tâm kinh của ngài Huyền Trang được sử dụng hầu như ở tất cả mọi nơi mà Tâm kinh được truyền dạy đến. Các bản dịch khác như bản T250 của ngài Cưu-ma-la-thập (鳩摩羅什), bản T253 của các ngài Bát-nhã và Lợi Ngôn (般若-利言), bản T254 của ngài Trí Huệ Luân (智慧輪), bản T255 của ngài Pháp Thành (法成) v.v... và một số bản khác nữa tuy vẫn còn được lưu giữ đầy đủ trong Đại Chánh Tạng, nhưng chỉ duy nhất bản dịch của ngài Huyền Trang là được chọn để giảng giải, tụng đọc và hành trì mỗi ngày.

Việc nghiên cứu, học hỏi và phân tích Kinh điển nói chung, từ nhiều góc độ khác nhau là cần thiết, nhằm giúp người Phật tử luôn có thể chắc chắn rằng mình đang hiểu đúng và làm đúng theo lời Phật dạy. Trong ý nghĩa này, những phân tích khảo sát, cho dù đưa đến kết quả khác biệt hay trái ngược với người đi trước, vẫn cần phải được xem xét tiếp nhận ở một góc độ khách quan và khoa học, kết hợp với những trải nghiệm trong sự tu tập của người Phật tử. Có như vậy mới có thể đưa ra được những kết luận cần thiết và điều chỉnh kịp thời những sai sót nếu có của tiền nhân. Bản thân tôi khi chuyển dịch kinh Đại Bát Niết-bàn cũng đã chỉ ra một số điểm mà các vị tiền bối đã hiểu chưa hoàn toàn chính xác Kinh văn, dẫn đến sự sai lệch khi chuyển dịch.

Tuy nhiên, mỗi phạm vi công việc đều có những giới hạn riêng của nó mà người thực hiện không thể vượt qua. Người chuyển dịch Kinh điển có thể nhận hiểu và dịch khác đi so với với người đi trước, nếu có đủ luận cứ chính xác, chắc chắn và thuyết phục. Mặc dù vậy, sự khác biệt này vẫn phải luôn nằm trong giới hạn của công việc chuyển dịch, đó là phải tuyệt đối trung thành với nguyên tác Kinh văn, trừ trường hợp có đủ lý do để xác định chắc chắn là có sai lầm trong văn bản gốc và có đủ cứ liệu cho việc khảo đính chính xác. Trong mọi trường hợp khác, việc trung thành với nguyên bản là điều bắt buộc, và người dịch chỉ nên đưa các nhận xét hoặc nghi ngờ của mình vào phần chú giải, không được phép tự ý thay đổi nguyên bản.

Thầy Nhất Hạnh đã làm một việc hoàn toàn khác với thông lệ nêu trên khi công bố việc dịch mới Tâm kinh vào tháng 8 năm 2014. Khách quan mà nói, việc thầy đưa ra một bản dịch mới của Tâm kinh chắc chắn không thể là nguyên nhân phát sinh vấn đề, bởi trong thời gian qua cũng đã có rất nhiều bản dịch Tâm kinh mới được đưa ra bởi nhiều dịch giả khác nhau.

Vậy nguyên nhân nào đã làm cho sự kiện *"dịch lại Tâm kinh"* của thầy Nhất Hạnh lôi cuốn sự quan tâm của rất nhiều Phật tử cũng như làm nảy sinh nhiều ý kiến trái chiều? Trong thực tế, không khó để nhìn ra các nguyên nhân khác thường ấy.

Thứ nhất, tuyên bố *"phải dịch lại Tâm kinh"* của thầy là không chính danh, bởi cũng ngay trong tuyên bố đó, thầy thừa nhận *"đã đổi luôn cách dùng chữ trong nguyên văn*

Thay Lời Kết

tiếng Phạn và bản dịch chữ Hán của thầy Huyền Trang". Và như vậy thì công việc của thầy là soạn ra một bản *"Tâm kinh mới"* chứ không thể xem là chuyển dịch.

Thứ hai, thay vì chỉ đơn giản đưa ra "bản dịch mới" Tâm kinh thì kèm theo đó thầy lại cùng lúc phê phán cả 3 vị Tổ sư vốn là biểu tượng niềm tin của rất nhiều Phật tử. Vị thứ nhất là Tuệ Trung Thượng Sĩ, một bậc long tượng trong Phật giáo Việt Nam và cũng có thể xem là người gián tiếp hình thành Thiền phái Trúc Lâm Yên Tử, bởi ngài là thầy dạy của đức vua Trần Nhân Tông, người đã sáng lập Thiền phái này. Vị thứ hai là Lục tổ Huệ Năng, người được xem là đã khơi nguồn cho dòng thiền Đốn ngộ ở Trung Hoa, về sau cũng đã truyền sang Việt Nam qua dòng Liễu Quán. Và cuối cùng, vị thứ ba là ngài Huyền Trang, một vị Đại Dịch Giả giữ vai trò cực kỳ quan trọng trong việc hình thành Đại Tạng Kinh chữ Hán, không chỉ qua việc chuyển dịch một khối lượng Kinh văn khổng lồ, mà còn là người đã thực hiện chuyến đi lịch sử có một không hai từ Trung quốc sang Ấn Độ để thỉnh về nguyên bản kinh văn Phạn ngữ.

Chính vì hai nguyên nhân nói trên nên đã có hàng loạt ý kiến chính thức và không chính thức được nêu lên xoay quanh việc làm "khác thường" của thầy Nhất Hạnh. Những ý kiến được thu thập trong Khảo luận này chỉ là những ý kiến được nhiều người biết đến nhất, vì đã chính thức công bố rộng rãi trên các trang mạng Phật giáo. Nhiều ý kiến khác chỉ được trao đổi giữa các nhóm Phật tử với nhau nên không thể ghi nhận đầy đủ, nhưng chúng vẫn góp phần tạo ra những đợt sóng ngầm trong tư tưởng, nhận thức và niềm tin của người Phật tử.

Qua tập Khảo luận này, chúng tôi hy vọng một lần nữa khẳng định lại giá trị của Tâm kinh và bản Hán dịch Tâm kinh đang lưu hành, để xóa tan đi sự mọi sự hoang mang ngờ vực. Sự tu tập và hành trì Tâm kinh qua nhiều thế hệ đã khẳng định tính chính xác và đầy đủ cũng như công năng bất khả tư nghì của nó. Không ai có quyền tự ý thay đổi một bản Kinh văn đã được cộng đồng thừa nhận và sử dụng, trao truyền qua nhiều thế hệ, trừ phi người ấy có thể đưa ra được những lý do hợp lý và thuyết phục. Và tất nhiên, quyết định cuối cùng vẫn phải thuộc về sự cân nhắc và chấp nhận của toàn thể cộng đồng.

Trong dòng thời gian đã trải qua hơn 25 thế kỷ trao truyền và sẽ còn tiếp tục của đạo Phật, một biến động nhỏ nhoi như sự kiện "dịch mới Tâm kinh" này chắc chắn rồi cũng sẽ chẳng để lại dấu vết gì đáng kể. Chỉ những tinh túy thực sự trong lời Phật dạy mới có thể tồn tại vượt thời gian và không gian như tất cả chúng ta đều biết. Vì vậy, điều đáng lưu tâm ở đây không phải là những điểm bất hợp lý trong sự kiện này, mà quan trọng hơn chính là nhận thức và niềm tin của người Phật tử. Những điều đó luôn phụ thuộc vào sự dẫn dắt của các bậc thầy, mà thầy Nhất Hạnh là một bậc thầy lớn trong số đó. Chính vì vậy, những trao đổi, thảo luận và thông tin đa chiều mà chúng tôi thu thập trong Khảo luận này trong thực tế không nhằm tranh biện đúng sai, mà chủ yếu nhắm đến việc cung cấp đủ những thông tin và lập luận khách quan để giúp người Phật tử có thể tự mình xem xét, cân nhắc và giữ vững niềm tin vào Chánh pháp nói chung, vào Tâm kinh Bát-nhã nói riêng.

Điều tất nhiên là mục tiêu đề ra như thế có thể đạt được đến mức độ nào còn tùy thuộc vào sự tiếp nhận và đánh giá từ độc giả, nhưng hy vọng rằng những cố gắng của chúng tôi sẽ không đến nỗi hoàn toàn vô ích.

Ngày đầu năm 2018
Nguyễn Minh Tiến

Lời thưa

Trong kinh Pháp Cú, đức Phật dạy rằng: "Pháp thí thắng mọi thí." Thực hành Pháp thí là chia sẻ, truyền rộng lời Phật dạy đến với mọi người. Mỗi người Phật tử đều có thể tùy theo khả năng để thực hành Pháp thí bằng những cách thức như sau:

1. Cố gắng học hiểu và thực hành những lời Phật dạy. Tự mình học hiểu càng sâu rộng thì việc chia sẻ, bố thí Pháp càng có hiệu quả lớn lao hơn. Nên nhớ rằng **việc đọc sách còn quan trọng hơn cả việc mua sách**.

2. Phải trân quý kinh điển, sách vở in ấn lời Phật dạy. Khi có điều kiện thì mua, thỉnh về nhà để tự mình và người trong gia đình đều có điều kiện học hỏi làm theo. Không nên giữ làm của riêng mà phải sẵn lòng chia sẻ, truyền rộng, khuyến khích nhiều người khác cùng đọc và học theo. Không nên để kinh sách nằm yên đóng bụi trên kệ sách, vì **kinh sách không có người đọc thì không thể mang lại lợi ích**.

3. Tùy theo khả năng mà đóng góp tài vật, công sức để hỗ trợ cho những người làm công việc biên soạn, dịch thuật, in ấn, lưu hành kinh sách, **để ngày càng có thêm nhiều kinh sách quý được in ấn, lưu hành**.

Thông thường, việc chi tiêu một số tiền nhỏ không thể mang lại lợi ích lớn, nhưng nếu sử dụng vào việc giúp lưu hành kinh sách thì lợi ích sẽ lớn lao không thể suy lường. Đó là vì đã giúp cho nhiều người có thể hiểu và làm theo lời Phật dạy. Mong sao quý Phật tử khắp nơi đều lưu tâm đóng góp sức mình vào những việc như trên.

TINH YẾU THỰC HÀNH PHÁP THÍ

- Mua thỉnh kinh sách về đọc, tự mình sẽ được rất nhiều lợi ích.

- Chia sẻ, truyền rộng bằng cách cho mượn, biếu tặng kinh sách đến nhiều người thì lợi ích ấy càng tăng thêm gấp nhiều lần.

- Đóng góp công sức, tài vật để hỗ trợ công việc biên soạn, dịch thuật, giảng giải, in ấn, lưu hành kinh sách thì công đức lớn lao không thể suy lường, vì có vô số người sẽ được lợi ích từ việc lưu hành kinh sách.

www.ingramcontent.com/pod-product-compliance
Lightning Source LLC
LaVergne TN
LVHW011934070526
838202LV00054B/4642